எங்கெல்லாம் மானுடம்
காயம் படுகின்றதோ
அங்கெல்லாம் பூக்கும்
சகோதர சோகங்களின்
சர்வதேசியப் பூக்கள்...

கண்ணீர்ப் பூக்கள்

மு.மேத்தா

40 ஆம் பதிப்பு

கவிதா பப்ளிகேஷன்
சென்னை - 600 017.

Kanneer Pookal
Collection of Tamil Poems

by **M.Metha**
© Mallika Metha

First edition	:	January - 1974 (Vaanambadi)
Second Edition	:	July - 1976 (Vijaya Pathippakam)
Third Edition	:	July - 1978 (Thirumagal Pathippakam)
Fourth Edition	:	April - 1979
Fifth Edition	:	June - 1980
Sixth Edition	:	August - 1980
Seventh Edition	:	December - 1980
Eigth Edition	:	September - 1981
Nineth Edition	:	August - 1982
Tenth Edition	:	October - 1983
Eleventh Edition	:	July - 1984 (Barathi Pathippakam)
Twelth Edition	:	November - 1985 (Thirumagal Nilayam)
Thirteenth Edition	:	December - 1985 (Barathi)
Fourteenth Edition	:	December - 1987 (Thirumagal)
Fifteenth Edition	:	December - 1989 (Thirumagal)
Sixteenth Edition	:	April - 1991 (Thirumagal)
Seventeenth Edition	:	October - 1992 (Thirumagal)
Eighteenth Edition	:	January - 1994 (Thirumagal)
Nineteenth Edition	:	October - 1995 (Thirumagal)
Twentieth Edition	:	February - 1996 (Thirumagal)
Twenty First Edition	:	June - 2000 (Thirumagal)
Twenty second Edition	:	July - 2001 (Thirumagal)
Twenty Third Edition	:	June - 2002 (Thirumagal)
Twenty Fourth Edition	:	February - 2003 (Thirumagal)
Twenty Fifth Edition	:	August - 2004 (Kumaran)
Twenty Sixth Edition	:	September - 2005 (Kumaran)
Twenty Seventh Edition	:	March - 2007 (Kumaran)
Twenty Eighth Edition	:	July - 2008 (Kumaran)
Twenty Nineth Edition	:	February - 2009 (Kumaran)
Thirtieth Edition	:	December - 2009 (Kumaran)
Thirty First Edition	:	December - 2010 (Kumaran)
Thirty Second Edition	:	December - 2011 (Kumaran)
Thirty Third Edition	:	December - 2012 (Kavitha)
Thirty Fourth Edition	:	August - 2014 (Kavitha)
Thirty Fifth Edition	:	November - 2015 (Kavitha)
Thirty Sixth Edition	:	August - 2017 (Kavitha)
Thirty Seventh Edition	:	January - 2018 (Kavitha)
Thirty Eighth Edition	:	December - 2019 (Kavitha)
Thirty Nineth Edition	:	February - 2021 (Kavitha)
Fourtyth Edition	:	January - 2022 (Kavitha)

ISBN	:	978-81-8345-304-2
Pritned at	:	Sethu Prints, Chennai.
Price	:	**Rs.100-00**

கண்ணீர்ப் பூக்கள்

- புதுக்கவிதை நூல்களில் இளைஞர்களின் இதயம் கவர்ந்து, புத்தக விற்பனையில் சாதனையும் சரித்திரமும் படைத்த ஒரே புத்தகம்.

- பல்கலைக்கழகங்களிலும், தன்னாட்சிக் கல்லூரிகளிலும், முதுகலை, இளங்கலை முதலிய வகுப்புகளுக்குப் பாடநூலாக வைத்துப் பாராட்டப்பட்டது.

- பி.எச்.டி.,எம்.ஃபில்., முதலிய ஆய்வுகளில் பேரளவில் இடம் பெற்றுப் பெருமையுற்றது.

- தமிழகத்தின் தலையாய அரசியல், கலை, இலக்கிய அறிஞர்களால் மேடை தோறும் பேசிச் சிறப்பிக்கப்பட்டது.

- சிறந்த தமிழ் நாவல்களிலும், சிறுகதைகளிலும் திரைப்படங்களிலும் உயிருள்ள ஒரு கதாபாத்திரம் போல் ஏராளமான எழுத்தாளர்களாலும் சிந்தனையாளர்களாலும் எடுத்தாளப்பட்டது.

- ஆயிரக்கணக்கான கவிஞர்களைத் தன்னைப் பின்பற்றுமாறு செய்த பெருமை உடையது.

கவிதா பப்ளிகேஷன்
8, மாசிலாமணி தெரு, பாண்டி பஜார்,
தி. நகர், சென்னை - 600 017.
தொலைபேசி: 044-42161657,7402222787
மின்னஞ்சல் : kavitha_publication@yahoo.com
வலைதளம் : www.kavithapublication.com

நன்றி

முதற் பதிப்பு
வானம்பாடி வெளியீடு
தயாரிப்பு : மல்லிகா மேத்தா
வடிவமைப்பு : கவிஞர் புவியரசு
ஓவியம் : கவிஞர் ப.கங்கைகொண்டான்

இரண்டாம் பதிப்பு :
விஜயா பதிப்பகம்
திரு.மு.வேலாயுதம்

இருபத்தைந்தாம் பதிப்பு :
குமரன் பதிப்பகம், எஸ்.வைரவன்

முப்பத்து மூன்றாம் பதிப்பு:
கவிதா பப்ளிகேஷன்
தயாரிப்பு : சேது சொக்கலிங்கம்

ஓவியம் : மணியம் செல்வன்

பிற பதிப்புகளை வெளியிட்டவர்கள்

திருமகள் பதிப்பகம்
அமரர். இராஜேந்திரன்

பாரதி பதிப்பகம்
அமரர்.பழ.சிதம்பரம்

திருமகள் நிலையம்
திரு.அ.இராமநாதன்
திரு.எம்.திருப்பதி

முழுமை பெறாத

ஒரு முன்னுரை

(இரண்டாம் பதிப்பில் வெளிவந்தது)

தீபம் நா. பார்த்தசாரதி

தீபம் வாசகர்களுக்கு 'தேசப் பிதாவுக்கு ஒரு தெருப் பாடகனின் அஞ்சலி' என்ற பிரமாதமான கவிதையைத் தந்த மு. மேத்தாவை நன்றாக நினைவிருக்கும். அவரது கவிதைகள் நூல் வடிவத்தில் வெளிவந்திருக்கிறது. இந்தத் தொகுதியில் உள்ள ஒவ்வொரு கவிதையும் இதன் விலையைவிடவும் அதிகம் கொடுத்து வாங்கிப் படிக்கத் தகுதியான கவிதைகளாகும்.

○

தாமரை

'வாழைக்குலை' என்ற மகுடத்தில் மலையாளக் கவிஞர் சங்கம்புழா ஒரு கவிதை எழுதியுள்ளார். சமுதாயக் கொடுமையின் சித்திரம் அது. மேத்தாவின் வாழை மரமோ சபதமேற்கிறது. 'பூமியின் புல்லரிப்பு - புதுமைகளின் இணைப்பு - புதுயுகத்தின் கனைப்பு' என்று கர்ஜனை புரிகிறது. வடிவங்கள், உருவங்கள் எப்படியிருப்பினும் ஆழமான உள்ளடக்கம் தேவை. கவிஞர் மேத்தாவிடமிருந்து இன்னும் செழுமையான கருத்துப் பூக்களை நாடு எதிர்பார்க்கிறது.

○

தினமணி

புதுக்கவிதைகளிலும், உயிர்ப்புள்ள சிரஞ்சீவி வரிகள் எத்தனை லாவகமாக வெளிவருகின்றன என்பதற்கு இக் கவிஞரின் பாடல்களில் பல உதாரணங்கள்.

○

கல்கி

கவிதை அமைப்பை விடவும் கருத்து அமைப்புக்கே அதிக முக்கியத்துவம் தரப்படும் 'மாட்' (mod) கவிதைகள் அடங்கிய இந்நூல் மிக அழகிய முறையில் தயாராகியிருக்கிறது.

○

கண்ணதாசன்

தாகூரினுடைய கவிதைகளைப் படித்த எஸ்ராபவுண்டு அவற்றைக் 'கூதிர்காலக் குளிரின் சுகமான தழுவல்' என்று குறிப்பிட்டதே - கண்ணீர் பூக்களைப் படித்ததும் நம் நினைவுக்கு வருகிறது. வாழும் உலகோடு உறவு கொள்ளாத எந்தக் கலையும் மகத்தான தாவதில்லை என்று ஜெரோம் கூறிய உண்மையைப் புரிந்து கொண்டு எழுதும் மேத்தாவைப் போன்ற கவிஞர்கள் தமிழைப் புது வளர்ச்சியில் செலுத்துவார்கள் என்ற நம்பிக்கை பிறக்கிறது.

○

சிவந்த சிந்தனை

உருவமும் உருவகமும் அற்புதமாக வந்திருக்கின்றன. கவிதையைப் படிக்கும்போது அதன் நடையோடு நம்மால் ஒன்றிப் போக முடிகிறது. இதையெல்லாம் வைத்துக்கொண்டு மு. மேத்தாவை ஒரு மக்கள் கவிஞன் என்று கூறிவிட முடியுமா? முடியாது. கவிதைகளுக்கே அதிமுக்கியமான உள்ளடக்கத்தில் இவர் கோட்டை விட்டிருக்கிறார்.

○

சத்ய கங்கை - கவிஞர். சக்திக் கனல்

ஒத்தல்லோ நாடகத்தில் நெஞ்சைக் குலுக்குவது - ஒரு சிறு கைக்குட்டை - சேக்ஸ்பியர் செய்து காட்டினான்! எங்கள் கவிஞன் மேத்தா இதை அரளிப் பூவில் செய்து காட்டுகிறான்.

○

தமிழியல்

வடிவத்தால் மட்டும் இந்நூல் புதியதன்று. பொருளும் புதியது. உணர்த்தும் முறையும் புதியது. எனவே புதுக் கவிதை வரலாற்றில் கவிஞர் மேத்தாவுக்கு நல்லதோர் இடம் உண்டு.

○

தி.க. சிவசங்கரன்

மாலியின் குழலோசைபோல் இனிமை நிறைந்த உங்கள் கவிதையில் தேசிய உணர்வும் சர்வதேசிய உணர்வும் கலந்துள்ளன.

○

டாக்டர். அவ்வை நடராசன்

கருப்புக் குயிலே! நீ மூட்டிய நெருப்புக் கீதங்கள் சில ஈர நெஞ்சங்களில்கூட புதிய கதகதப்பைப் பூசுகின்றன. கந்தகக் கவிதைகளைக் கொஞ்சம் நிறுத்திக் கொண்டு காந்தக் கவிதைகளை மேலும் எழுதக் கூடாதா?

○

செம்பியன் செல்வன், ஜாப்னா, இலங்கை

வாழ்வின் போராட்டங்களில் முகம் கொடுக்கும் ஒருவன் - கவிஞனாக இருந்துவிட்டால் - அவை எப்படியிருக்கும் என்பதற்குத் தங்கள் கவிதைகள் சிறந்த உதாரணங்க ளாகின்றன.

○

வெங்கட் சாமிநாதன், டெல்லி (தெறிகள்)

இவர் இதுவரை கவிதையே எழுதவில்லை. எதிர்காலத்தில் எப்போதாவது எழுதலாம். இந்திய நாட்டில் பிறந்த எந்தக் குடிமகனும் ஜனாதிபதியாகலாம் என்கிற மாதிரி ஒரு நம்பிக்கை. அவ்வளவுதான்.

○

வல்லிக்கண்ணன், ராஜவல்லிபுரம்
ஒவ்வொரு பக்கத்திலும் உங்கள் கவி உள்ளத்தின் சுயம்புவான நாதத்தை உணர முடிகிறது.
O

பேராசிரியர் நா. வானமாமலை
உலக விசாலமான பார்வை பாரதியை நினைவூட்டுகிறது.
O

து. மூர்த்தி எம்.ஏ., சென்னைப் பல்கலைக் கழகம் -
(மு. மேத்தாவின் கண்ணீர்ப் பூக்கள் - திறனாய்வு)
ஓ! கவிஞனே! நீ என்ன செய்யப் போகிறாய்? உன் கண்ணீர்ப் பூக்கள், துப்பாக்கிக் குண்டுகளாய் மாறுவது எப்போது?
O

பேராசிரியர் அ.ச. ஞானசம்பந்தம்
உயிர்த் துடிப்பு... உணர்ச்சிக் கொந்தளிப்பு.
O

வண்ணநிலவன் - சென்னை
தங்கள் மேலே வீசப்படுகிற புஷ்பங்களில் என்னுடையதும் ஒன்றாக இருக்கட்டும்.
O

ஆர். குமார், பாண்டிச்சேரி
எத்தனை முறை வேண்டுமானாலும் தொடர்ந்து படித்துக் கொண்டே இருக்கலாம். சலிப்பே தட்டாது. ஆமாம், படித்துக் கொண்டே இருக்கலாம். படித்துக் கொண்டே - படித்துக் கொண்டே - வேறு வேலைகளும் இருக்கிறதே - என்ன செய்ய!
O

சேவற்கொடியோன், மதுரை

சின்ன வயதிலேயே ஒரு ஞானியைப் போல் எழுதிவரும் உங்கள் மே(த்)தா விலாசத்தை நேசிக்கிறேன்.

○

விஜய. திருவேங்கடம், திருச்சி

இவை தேவ வனத்தில் பூத்த சிரஞ்சீவிக் கொத்து! அறிவு ஜீவிகளின் இணையில்லாத சொத்து.

○

அன்பு ஜவஹர்ஷா, அனுராதபுரம், இலங்கை

கண்ணீர்ப் பூக்கள், உனக்கான உதிரிப்பூ, மரங்கள், தேசப் பிதாவுக்கு ஒரு தெருப்பாடகனின் அஞ்சலி போன்ற கவிதை களை என்னால் மறக்கவே முடியவில்லை. சில அடிகளை எனது டைரியிலேயே குறித்து வைத்துள்ளேன். எனக்கு வந்த புத்தகத்தைப் பத்துக்கும் மேற்பட்ட நண்பர்கள் படித்து விட்டார்கள். அவர்களுக்கும் புத்தகம் வேண்டுமாம்.

○

ச. ஜெயப்பிரகாசம், எம்.ஏ., மதுரைப் பல்கலைக் கழகம்

'கண்ணீர்ப் பூக்கள்' தமிழ்க் கவிதை உலகின் சீரான வளர்ச்சிக்கு சின்னமாக விளங்குகிறது. மேத்தா கையாளும் உவமைகளில்- உருவகங்களில்- பழமையும் புதுமையும் இணைந்து மணம் பரப்புகின்றன. இச்சங்கமத்தில் கவித்துவம் களிநடம் புரிகிறது.

○

கி.விசுவநாதன், அன்னூர்

புத்தகத்தின் விலை ரூ.5/- அதிகம் என்று நினைத்தேன். ஒவ்வொரு கவிதையையும் படிக்கப் படிக்க அது மிகக் குறைவு என்று தோன்றியது.

○

பிரபஞ்சகவி (பிரபஞ்சன்) பாண்டிச்சேரி

மிக உயர்வான- எல்லா வகையிலும்- தொகுதி. புதுக்கவிதைத் தொகுதியில் இது சாஸ்வதம் பெறும்.

○

சி.மௌனகுரு, 'மல்லிகை', இலங்கை

இக் கண்ணீர்ப் பூக்கள் போராட்டங்களைத் தூண்டவில்லை. எல்லோரையும் அவரோடு சேர்ந்து 'ஓ' என்று அழத்தான் வைக்கிறது. இப்போது தேவை கண்ணீரல்ல... கனல்களை உருவாக்க வேண்டும்.

○

கே.வி.ஹரிகிருஷ்ணன், பெங்களூர்

கற்பனைக் கவிதைகளாகப் புலப்படவில்லை. ஒவ்வொன்றும் உயிருள்ள ஆன்மாவாக ஜீவ கீதங்கள் இசைக்கின்றன.

○

எம்.ஆர்.கண்ணன், தஞ்சாவூர்

அடேயப்பா, வாழை மரமா இப்படிப் பேசுகிறது! ஒருவேளை அதுவும் கண்ணீர்ப் பூக்களைப் படித்திருக்குமோ? 'கண்ணீர்ப் பூக்கள்' - ஓ மேத்தா... மேத்தா... ஹலோ மேத்தா! எப்படிச் சொல்வேன்- என்ன எழுதுவேன், எனக்கென்ன ஏற்பட்டது?

○

நா. வெங்கடாசலம், சேலம்-6

கண்ணீர்ப் பூக்களால் எம் உள்ளங்களைக் கலங்கச் செய்த பெருமை தங்களைச் சாரும். அழுது கொண்டிருக்கும் நாங்கள் எழுவதற்கும் நீங்கள் இனி எழுதலாமே.

○

ப.இராசகோபாலன் (வழக்கறிஞர்), சென்னை-4

எங்கள் எண்ணத்தின் எல்லா தேவதைகளும் உங்களை வாழ்த்தட்டும். நீங்கள் கனவிலே மட்டும் ஸ்பரிசிக்கிற அந்தத் தென்றல், நனவிலும் உங்கள் மீது வாஞ்சையோடு வீசட்டும். உங்கள் பேனா உலகை வெல்கிற மதர்ப்போடு மறுபடியும் அசையட்டும்.

முற்றுப் பெறாத
ஒரு முடிவுரை

டாக்டர். கவிஞர் பாலா, ஆங்கிலப் பேராசிரியர்
மனோன்மணியம் சுந்தரனார் பல்கலைக் கழகம்

வண்டுகட்கும், பூக்களுக்கும் இடையில் காற்று தடையுமல்ல; இடைஞ்சலுமல்ல. அது உதவி செய்யும் ஓர் ஊடகம். இந்தக் கவிதா வாசலில் நான் உங்களை வழி மறிப்பதும் அந்தக் காற்றைப் போலத்தான்.

❏

கவிஞர்கள் தங்கள் அனுபவங்களை மொழி பெயர்க் கிறார்கள். கவிதைக் குழந்தையைப் பெற்றெடுக்கிறார்கள். நான் இங்கு கண்ணீர்ப் பூக்களைப் படித்த கவிதானுபவத்தை மொழி பெயர்க்கிறேன்.

❏

கவிதையின் அழகு எங்கிருக்கிறது? கம்பீரமான உள்ளடக்கத்திலா? நவ நவமாய்ப் பின்னிப் பார்க்கும் உத்தி முறைகளிலா? உருவகப் புதுமையிலா? படிமம், குறியீடு, ஓசை நயம், வார்த்தைப் பின்னல் - இவற்றிலா? அடிமனசில் முகிழ்த்துப் பூத்துநிற்கும் அனுபவச் செழுமையின் சத்திய வெளிப்பாட்டிலா?

கவிதை விமர்சகர்கள் ஆயிரம் சொல்வார்கள். எந்தத் தாவரவியல் சாஸ்திரியின் விளக்கங்களுக்கும் காத்திராமல்

பூக்கள் பூத்துக் கனியாகின்றன. கவிஞர்களும் கவிதை யாக்கத்தில் எந்த விமர்சனங்களுக்கும் காது கொடுப்பதில்லை.

கவிதையை எழுதி முடித்த பிறகுதான் கணவனை எதிர் நோக்கும் பிரசவித்த தாயைப்போல விமர்சகர்களையும் வாசகர்களையும் எதிர்நோக்குகின்றார்கள்.

கவிதையை முதன் முதலில் அணுகும்போது ஓர் அன்புக் கணவனைப்போல் அணுக வேண்டும். அப்போதுதான் புதைந்து கிடக்கும் அழகுகள் - துருத்தி நிற்கும் குறைகளோடு சேர்ந்து வெளிப்படும்.

❏

மேத்தா கவிதைகளின் ரகசியம்தான் என்ன? எந்த இலக்கணப் புலவனுக்கும் வேலை வைக்காத எளிமைதான்.

கவிதைகள் என்றால் ஆகாசத்தை அளாவும் கற்பனைகள், கண்ணில் கால் பாவாது காற்றுத் தேரேறிப் பறக்கும் அமானுஷ்ய உணர்வுகள் - என்ற மயக்கம் இன்னும் பலருக்கு இருக்கத்தான் செய்கிறது.

மேத்தாவின் கவிதைகள் யதார்த்தத்தையும் பிரத்யட்சத் தையும் நேர்கண் கொண்டு பார்க்கின்றன. 'எங்கள் குருச் சேத்திரம் இங்குதான் இருக்கின்றது' என்று பூமியை நோக்கும் வானம்பாடிக் கவிஞரில் ஒருவரல்லவா இவர்! எனவேதான்,

மண்ணில் வேரோடி
மாநிலத்தில் கால் பதித்து
வீசும் புயற்காற்றை
விழும் வரைக்கும் நின்றெதிர்ப்பேன்

என்று இவரின் வாழைமரம்- மண்பார்த்து- மனிதர் முகம்பார்த்துப் பேசுகிறது.

❏

கவிதை ஒரு சுகானுபவம் மட்டுமல்ல. அது ஒரு சௌந்தர்ய சக்தி. அதன் வீர்யமும் வியாபிக்கும் திறனும் அணுவுக்குள் புதைந்து கிடக்கும் ஆற்றல் போன்றது. மேத்தாவுக்கு இது தெரிந்திருக்கிறது. எனவேதான் வைகறை விடியலுக்காக வார்த்தைத் தவம் நோற்கும் கவிஞர்களிடம் 'பூமி உருண்டையைப் புரட்டிவிடக்கூடிய நெம்புகோல் கவிதையை நம்மில் யார் பாடப் போகிறோம்' என்று அறைகூவல் விடுகிறார். 'கண்ணீர்ப் பூக்கள்' என்ற தலைப்பைப் பார்த்துவிட்டு, இதை அழுகுணிச் சித்தரின் புலம்பல்கள் என்று நீலகண்டராகி விலகிப் போகும்-தொட்டால் சிணுங்கிகளுக்கு, இந்த முதற்பாடல் ஒரு நெம்புகோல் கவிதைதான்.

❑

காலத்தையும், தேசங்களையும் பாஷைகளையும் மீறிய உணர்வுதான் காதல். அது நிறையப் பேரைக் கவிஞராக்கியிருக்கிறது என்றால், கவிஞர்கள் அதைப் பாடாமல் இருக்க முடியுமா? மேத்தாவின் காதற் கவிதைகளில் உணர்ச்சி வேகமும் கலை நயமும் மிளிர்கின்றன. ஆழ்ந்த சோக ரேகை படர்ந்து இனிய சித்திரங்களாக அவை விளங்குகின்றன. அவற்றின் ரொமாண்டிக் அழகுகளுக்கிடையே, பூ- புத்தகம்- பாடல் - என்றெல்லாம் வருணித்து மகிழ்வதற்கிடையே, ஆழமான மனித உணர்வுகள் அருமையாகத் தீட்டப் பெற்றிருக்கின்றன.

என் இதயத் தோட்டத்தில்
ரோஜாக்களைப் பயிரிட்டேன்
அறுவடை செய்ய
உன்னை அழைத்தேன்.
அரிவாளோடு
நீ வந்த பிறகுதான்
என் தவறு எனக்குப் புரிந்தது

என்று தன் வெற்றி பெறாத காதலைச் சித்தரிக்கும்போது கவிஞருக்காக நாமும் அனுதாபப்படுகிறோம்.

❑

கவிதையின் ஆற்றலையும், தான் ஒரு கவிஞன் என்பதையும் மேத்தா எங்கும் மறக்கத் தயாராக இல்லை. எனவேதான் தொட முடியாத தூரத்தில் இருக்கும் முகம் தெரியாத அவளிடம்,

இந்த பூமியின்
விளிம்பையே
தீண்டிவிடும் அளவிற்கு
என் விரல்கள் நீளமானவை
ஏனென்றால்
என் கைகள் வெறும் கைகளல்ல–
கவிதைகள்!

என்கிறார்.

❑

அழுகைப் பூக்களையே அள்ளிக் கொண்டுவந்தாலும் காதற் பாடல்களில் ஒன்றும் கவிஞர் கரைந்து போய்விடவில்லை.

கனவுகளை நான் வெறுக்கிறேன்
அவை எத்தனை
அழகாய் இருந்தாலும்!
நிழல்களின் ஒப்பந்தங்ளைவிட
நிஜங்களின் போராட்டங்களே
எனக்குப் பிடிக்கும்

என்று யதார்த்தத்திற்குக் கவிஞர் திரும்பி வருகிறார்.

மேத்தா– வளமான கற்பனை நலமிக்க கவிஞர்! மரங்களைப் பற்றி என்ன என்னவெல்லாமோ உருவகங்கள், உவமைகள் சொல்லி வருணிக்கிறார். கவிதையை முடிக்கும்போது, அவர் சொல்வதுதான் வளமார்ந்த கற்பனை:

மனிதர்கள்
தூங்கிய பிறகும்
வானத்தில் விளக்கெரிவது
மரங்களுக்காகவே.

நட்சத்திரங்களுக்கும் மரங்களுக்கும் முடிச்சுப்போடும் இது வளமான கற்பனை மட்டுமல்ல. அனுதாபம் மிக்க ஆரோக்கிய மான கற்பனை.

❑

புதுக்கவிதைக்கு இலக்கணம் சொல்பவர்கள் பாடு பொருளைப்பற்றி அதிகம் பேசுகிறார்கள். எதைப்பற்றி பாடுகிறோம் என்பது எவ்வளவு முக்கியமோ, அவ்வளவு முக்கியம் எப்படிப் பாடுகிறோம் என்பது. மரங்கள், பூக்கள், நிழல்கள் என்ற சாதாரண விஷயங்களைக்கூட, பார்க்கும் பார்வையில்தான் புதுமைக்கும் பழமைக்கும் உள்ள வித்தியாசமே இருக்கிறது. மேத்தா நிழல்களைப் பற்றிச் சொல்கிறார்-

வெய்யில் தாங்காமல்
விரைந்து வரும் காலுக்குச்
சிறிது நேரச் செருப்புகள்

உள்ளடக்கப் புதுமை இதுதான். நிழல்களைப் பற்றி யோசிக்கும் போதே காலுக்குச் செருப்பில்லாத சகோதரர் களையும் நினைவுகூரும் இந்தப் பார்வையைத்தான் கவிக்குரல் என்கிறோம். மேத்தாவின் கவிப்பார்வை சமூக நேயமிக்க உயர் பார்வை.

❑

சுந்தரம்பிள்ளையின் நடராசன் நாங்கூழ்ப் புழுவைக் கூப்பிட்டு வைத்து மணிக்கணக்காகப் பேசுவதைப் படித் திருக்கிறேன். கவிஞர் மேத்தா பிரமுகர் வீட்டுச் செருப்புடன் மணிக்கணக்காகப் பேசுகிறார். ஒரு செருப்புடன் இவ்வளவு நேரம் பேச முடியுமா என்ற ஆச்சரியமிருக்கட்டும். இவ்வளவு விஷயம் பேச முடியுமா என்று நீங்களே பிரமித்துப் போவீர்கள்! அங்கத தொனியில்- 'செருப்புடன் ஒரு பேட்டி' எதை எதையோ விமர்சித்துவிட்டு தேசத்தைப் பற்றியும் பேசுகிறது. உருவகத்தில் உள்ளடக்கத்தில் முழுக்க முழுக்கப் புதுக்கவிதை இது. இதைப்

போன்ற இன்னொரு உத்தி முறைச் சோதனைக் கவிதை- 'வால்கள் ஜாக்கிரதை'.

❑

மேத்தாவிடம் நல்ல சொல்வளமிருக்கிறது. வார்த்தைத் தவம், தாலிப் பாலம் என்றெல்லாம் எழுதுகிறார். ஆனால் இது அவரை வார்த்தைக் கவிஞர் ஆக்கிவிடவில்லை. 'தண்ணீரால் மறுக்கப்பட்ட தாகங்கள்' என்றெல்லாம் வர்ணமயச் சொற் சேர்க்கைளில் மயங்கிக் கிடக்கவில்லை.

எளிமையான வார்த்ததைகளைத் தனக்கே உரிய ஆளுமையுடன் இவர் கையாள்கிறார். ஒரு பம்பரத்தைச் சுழலவிடுவதுபோல், இவர் எளிய வார்த்தைகளை ஒரு சுற்றுச் சுற்றிவிடும்போது அவற்றின் அர்த்த பாவங்களுக்கு ஒரு கனம் கிடைக்கிறது.

உன் தாய்
உன்னை அலங்கரிப்பது
ஆபரணங்களால் அல்ல...
என் அவஸ்தைகளாலேதான்

-என்பது போன்ற வரிகளிலும்

என் கைகள் வெறும்
கைகளல்ல...
கவிதைகள்

-என்ற வரிகளிலும்

கவிதைக்குப் புறம்பான வார்த்தைகள் எவை இருக்கின்றன?

பண்புச் சொற்களுக்காக சில கவிஞர்கள் தவம் கிடக் கிறார்கள். Common man's idiam என்று சொல்லிக் கொண்டு சிலர் வறட்டுத்தனமாக எழுதுகிறார்கள். இன்னும் சிலர் சமூகத்தால் விலக்கப்பட்ட சொற்களை விரும்பிப் போகி றார்கள். மேத்தாவின் கவிதைகளில் கவிதைக்கேற்ற வார்த்தை கள் உள்ளடக்கத்திற்கேற்ப உட்கார்ந்து அழகு காட்டுகின்றன.

❑

தனி மனித அந்தரங்கம் கூட சில சமயங்களில் அவற்றின் பொதுமைத்தன்மை காரணமாகப் பேசப்பட வேண்டிய தாகிறது. "தேசத்தைப் போலவே நம் வாழ்க்கையும் தெருவில் நிற்கிறது" என்ற கவிதையில், தனி மனித சோகம் கவிதை யாகிறது. நடுத்தரக் குடும்பங்களின் பிரச்சினைகள், பொருளாதார ஏற்றத்தாழ்வால் முளைக்கும் சிக்கல்கள், தலைமுறை இடைவெளி - இவைபற்றியெல்லாம் சிந்திப் பதற்குத் தூண்டும் விவாதக் கவிதை இது. தனி மனித உணர்ச்சிப் போராட்டத்திலும் கவிஞரின் சமூகப் பார்வை 'தேசத்தைப் போலவே' எனத் தலைப்பிடச் செய்கிறது.

எங்கெல்லாம்
மானுடம் காயம் படுகின்றதோ
அங்கெல்லாம் பூக்கும்
சகோதர சோகங்களின்
சர்வ தேசியப் பூக்கள்

என்று கவிஞர் மு.மேத்தா கண்ணீர்ப்பூக்களுக்கு முன்னுரைக் கின்றார். எனவேதான் 'தெருப்பாடகனின் அஞ்சலி', 'சிலி', 'வியட்நாம்', 'பத்மா நதிக்கரையில்' ஆகிய நம்பிக்கை நட்சத்திரங்கள் இத்தொகுப்பில் உள்ளன.

□

'சமாதானம்' என்ற கவிதையைப் பற்றி கல்கி பத்திரிகை 'Mod' கவிதை என்று எழுதியது. இதே கவிதையைப் படித்துவிட்டு - வியட்நாமில் கவிஞருக்குக் கேட்பது வேதனைப் பாடல்கள்தானா? ஏகாதிபத்தியத்திற்கு எதிரான வியட்நாமியரின் வீரம் செறிந்த போராட்டம் தெரியவில்லையா? - என்று கோபம் கொண்ட சோழ மகாராஜனைப்போல கர்ஜித்தார் இன்னொருவர்!

கவிதை எதைப்பற்றிப் பேசவருகிறது என்பதை முதலில் புரிந்து கொள்ள வேண்டும். இந்தக் கவிதை வியட்நாமியரின் வெற்றியைப் புறக்கணிக்கவில்லை. வேதனைக்குப் பிறகு தானே போராட்டங்கள்! இது ஓர் எச்சரிக்கைக் கவிதை.

ஏகாதிபத்தியத்தின் எந்தச் சமாதான உடன்படிக்கையும் போலித்தனமானது என்ற பயனுள்ள உண்மையைச் சொல்லும் கவிதை இது. வெற்றி மிதப்பில் தேவைப்படுவது- இன்னும் கவனம்- என்று எச்சரிக்கும் கவிதையிது. வியட்நாமிற்குப் பிறகு சிலி, வங்கம், அங்கோலா என்று வேறு அலைவரிசைகள் தொடர்ந்ததை நாம் அறிவோம் அல்லவா? எளிமையாகவும், புதுமையாகவும் இறுக்கமாகவும் அமைந்த சிறு கவிதை இது.

❏

வங்கதேசம் விடுதலைபெற்று மகிழ்ந்தபோது மலர்ந்த கவிதை 'பத்மா நதிக்கரையில்...

சொந்தத் துக்கங்களை மறந்துவிட்டு தேசத்தின் ஒளிமயமான வருங்காலத்தை உருவாக்க வேண்டுமென்று வங்க தேசத்து வாலிபர்களிடம் உதயகீதம் இசைக்கிறார் கவிஞர்.

கல்லறை கீதங்கள் பாடி நெகிழ்ந்திடக்
காலம் நமக்கில்லை தோழர்களே- இனி
கைகளின் கீதத்தைப் பாடி நடந்தெதிர்
காலச் சரித்திரம் நாம் படைப்போம்

விடுதலை பெற்ற வங்க தேசத்தின் எதிர்காலத்தைப் பற்றிய அக்கறையோடு தமிழில் ஒலித்த கவிதைக்குரல் இது ஒன்றுதான் என்று தோன்றுகிறது.

❏

ஒரு கவிதையில் குடும்ப வாழ்க்கையின் துயரங்களுக்கான துடிப்பு.

இன்னொரு கவிதையில் தேச வாழ்க்கையின் அவலங்களுக்கான துடிதுடிப்பு.

மற்றொரு கவிதையில்- கண்ணீரில் பிறந்த இன்னொரு தேசத்தின் எதிர்கால நலனுக்கான கவிப் பிரகடனம்.

மேத்தாவின் கவிப்பார்வை- வீட்டைத் தாண்டி, நாட்டைத் தாண்டி, சர்வதேச சஞ்சாரம் செய்கிறது.

எல்லாவற்றிற்கும் மேலாக உலக அமைதியையும், சுதந்திரத்தையும் நேசிக்கும் உன்னத மனம் 'பகவத்கீதை படிக்கப்படுகிறது' என்ற கவிதையில் வெளிப்படுகிறது.

இந்தப் பொறுப்புள்ள, சமுதாயக் கடமையுள்ள வளர்ச்சி-மேத்தா என்ற கவிஞரை ஓர் உயர்ந்த இலக்கியவாதியாக மட்டுமன்றி சிறந்த உலகப் பிரஜையாகவும் காட்டுகிறது!

◻

திசைகளைத் தழுவும் சிறகுகள்
கவிஞர் சிற்பி

O

வட்ட மதிக்குடை ஏந்தி வந்தாலும்
நட்சத்திர எழில் பூண்டு நின்றாலும்
இருட்டின் பவனியைத் தட்டிக் கேட்கிற
பிரகாச ஊர்வலம்-
மு. மேத்தாவின் கவிதை

சமூகமே இக்கவிஞரின் தரிசன ஆலயம்
அதன் சிக்கல்களே இவர் கவிதைகளின்
கீத லயம்.

செழித்த மரபின் மண்ணினைக் கீறி
விழித்தெழும் புதுமை விம்மி விகசிப்பதும்
திசைகளைத் தழுவும் சிறகு விசாலமும்
இசைக் கோலமிடும் நளின விசித்திரமும்
மேத்தாவின் எழுத்துக்கு
மெருகிழைக்கின்றன.

O

O
வைகறைப் பொழுதுக்கு
வார்த்தைத் தவமிருக்கும்
வானம்பாடிகளே - ஓ
வானம்பாடிகளே!

இந்த
பூமி உருண்டையைப்
புரட்டி விடக்கூடிய
நெம்புகோல் கவிதையை
உங்களில்
யார் பாடப் போகிறீர்கள்?
O

◯
திருவிழா வரும்போது
அவர்கள்
பாட வருகிறார்கள்...
நாங்கள் பாட வரும்போது
திருவிழாக்கள்
வருகின்றன
◯

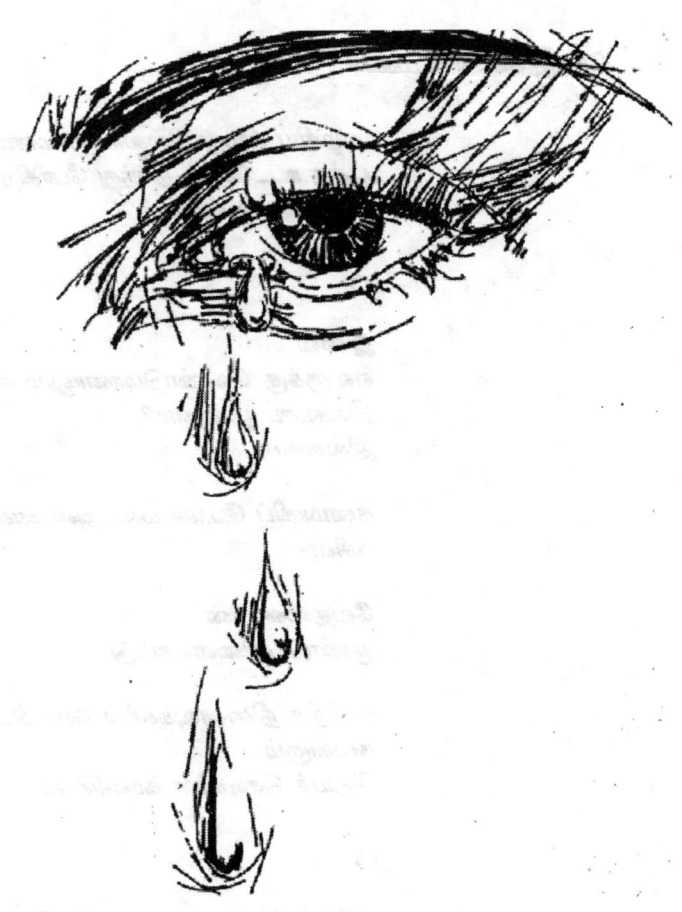

ந்தப் பூக்கள்...இந்தப் பூக்கள்...இந்தப் பூக்கள்...இ

O

உலகெங்கும் இதழ் இதழாக
இந்தப் பூக்கள்
உதிர்ந்து விழுவது யாருக்காக?

எந்த தேவ தேவனுடைய
கால்களை அர்ச்சிக்க இவை
கண்ணவிழ்க்கின்றன?

O

அழகிய நிறமுமில்லாமல் மணமுமில்லாமல்
பூத்த உடனே உதிர்ந்து போகிற இவற்றை
யார் வாங்குவார்கள்?

○

இவை
எவருக்கு வேண்டுமானாலும் வழங்கப்படுகிற
இலவசப் பூக்களா?
இல்லை -

கனமாகிப் போன மன அணைக்கட்டின்
கசிவு-

வேதனையின்
குண்டு விளையாட்டு.

காய்ந்த நினைவுகளில் வேர்பிடித்துக்
கலங்கும்
இதயச் செடியின் காணிக்கை!

○

துக்கத்திற்கு அடையாளச் சின்னம்
கறுப்பல்லவா...
ஏன் இந்த விழி வெள்ளைக் கொடி பிடிக்கிறது?

சண்டை பிடிக்க முடியாத போது
சமரசம் செய்து கொள்ள
சமாதானப் புறா தயாராகிறதா?

○

துக்கக் கதவுகளைத் திறந்துவிட்டு
தூக்கக் கதவுகளை அடைத்துக்கொள்ளும் சாவி
இதனிடம்தான் இருக்கிறது.

○

வாசனை இல்லாத இந்தப் பூக்கள்தான்
இதயமுள்ள எந்த மனிதனையும்
இன்னொருவர்க்காக ஈரப்படுத்தும்.

O

இந்த நீர்ப்பூக்களைக் கொடுக்கும்
செடியின் நீளம்
மனக்குளத்தின் துயர மட்டத்தைப் பொருத்தே
நீளும் - தாழும்!

O

எங்கெல்லாம் மானுடம் காயம் படுகிறதோ
அங்கெல்லாம் பூக்கும்
சகோதர சோகங்களின் சர்வதேசியப் பூக்கள்
இவைதான்.

என்றாலும்
இந்தப் பூக்களைப் பூத்துத் தருகிற கொடி
ஏழைக் குடிசைகளின் மீதுதான்
ஏறிப் படரும்.

O

ஓர் இதழே இத்தனை சூடாக இருந்தால்
அந்தச் செடியின் அடியில்
எத்தனை யுகங்களின் வெப்பம்
சேமிக்கப்பட்டிருக்கும்?

இந்த நெய்த்துளிகள் விழுந்த பிறகே
நெருப்புப் பற்றுகிறது.
பிறகுதான்
எழுச்சி விளக்குகள் எரிகின்றன.

எரியப் போகும் தீயை
எடுத்துக் காட்டும் கண்ணாடியா இது?

போராட்டங்களைத் தூண்டி விடுவதும்
போராடும் போது தூவப் படுவதும்
இந்தப் பூக்களே!

எந்தத் துயரத்திற்கோ இவை
சாட்சியம் சொல்கின்றன...

இவற்றுக்குச் சாட்சியங்களாகவே
எங்கள் கவிதைகள் பிறக்கின்றன!

எங்கள் கவிதைகளுக்குச்
சாட்சியம் கூறப்போவது எது?

O

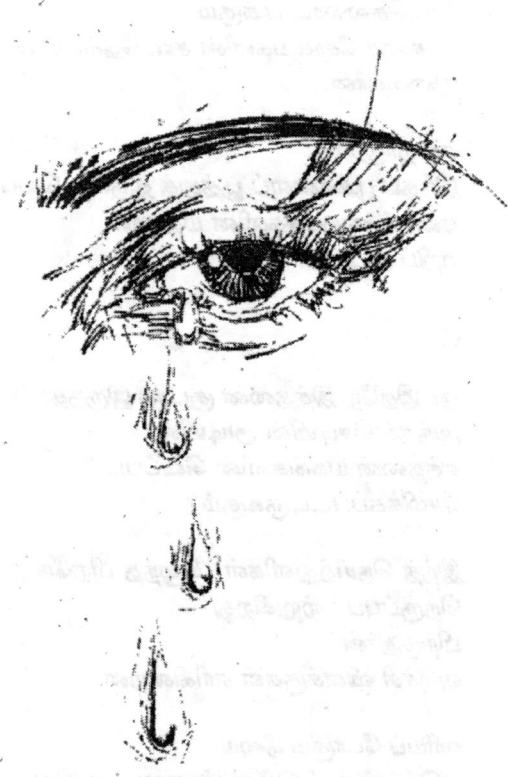

தேசப்பிதாவுக்கு ஒரு தெருப் பாடகனின் அஞ்சலி

O

உன்னுடைய படங்கள்
ஊர்வலம் போகின்றன
நீ ஏன் தலை குனிந்தபடி
நடுத்தெருவில்
நிற்கிறாய்?

வெளுத்துப் போய்விட்ட
தேசப் படத்துக்குப்
புதுச்சாயம் பூசும்
புண்ணிய தினத்தில்
புத்திர தேசத்துக்காக நீ
புலம்புவது
என் காதில் விழுகிறது!

எங்கள் தேசப்பிதாவே!
அமைதி கொலுவிருக்கும்
உன் சிலைகளைப்
பார்க்கும் போதெல்லாம்
நான்
அழுது விடுகிறேன்!

கண்ணீரின்
வெப்பத்தால்
என் கவிதை
முழுமை பெறாமலே
முடிந்து விடுகிறது...

○

தேசப் படத்திலுள்ள
கோடுகள்-
விடுதலைக்குப் போராடிய
வீரத் தியாகிகளின்
விலா எலும்புக் கூடுகள்!

அழிக்க முடியாத-
கல்லெறி படாத
அந்த நினைவுச் சின்னத்தின்
மூலமே
அவர்களுக்கு நாங்கள்
அஞ்சலி செலுத்தி விடுகிறோம்!

○

கண்ணீர்க் கடலில்
கலங்கள் மூழ்கிய பிறகு
அடைக்கலம் தேடிய
ஆடுபுத்திரனே!

அமுத சுரபியைத்தான்
நீ தந்து சென்றாய்
இப்போது
எங்கள் கைகளில் இருப்பதோ
பிச்சைப் பாத்திரம்!

இந்த
மாற்றத்தை நிகழ்த்திய
மந்திரவாதிகள் யார்?

நிழலுக்குள் மறைந்திருக்கும்
நிழலை
யார் அம்பலப்படுத்துவது?

O

சரித்திர மாளிகையில்
அஹிம்சைப் பேரொளியில்
பகத்சிங்குகள்
மறைக்கப்பட்டதால் தானா
சுதந்திர மாளிகையை
எலிகள்
சுரண்டுகின்றன?

மயிலுக்குப் போர்வை தந்தவனின்
மரபிலே வந்தவர்கள்
எங்கள் மேனியில் கிடக்கும்
கந்தல் சட்டையையும்
கழற்றிக் கொண்டு போகிறார்கள்!

ஆடுகளை
உனக்காக வளர்த்தோம்
நாளடைவில் நாங்களே
மந்தை ஆடுகளாய்
மாறிப் போனோம்!

எங்கள்
வயிற்றைப் புறக்கணித்து விட்டுக்
காம்புகளை நேசிக்கிறார்கள்...

எங்களுக்குத்
தீவனம் கிடைக்காவிட்டாலும்
மேய்ப்பவர்களுக்கு மட்டும்
எப்படியோ
இனாம் கிடைத்துவிடுகிறது...

கண்ணீரின் வெப்பத்தால்
என் கவிதை
முழுமை பெறாமலே
முடிந்து விடுகிறது...

O

சட்டக் கட்டிடங்களில்
ஓட்டைகள் விழுந்துவிட்டன
வயதாகிப் போனதால்
தர்ம ஸ்தூபிகள்
தள்ளாடுகின்றன.

எங்கள் வாழ்க்கை
இருட்டோடு
இல்லறம் நடத்துகிறது!

பாவத்தைத்
தனித்தனியே செய்துவிட்டு
மொத்தமாகத் தீர்த்துக் கொள்ளப்
போதுமான அளவு
புண்ணிய ஸ்தலங்கள் இருப்பதால்

எங்கள்
பாரத புத்திரர்கள்
தூசு படாமல்
தூய்மையாகவே இருக்கிறார்கள்!

O

ராஜதானியில்
மலர்க் கீரிடங்கள்
சூட்டப்படுகிறபோது

சேரிக் குழந்தைகளின்
சின்ன விழிச்செடியில்
உப்பு மலர்கள்
உதிர்ந்து விழுகின்றன...

நீ கண்டுபிடித்த
சுதேசி ஆயுதமாம்
கைராட்டையைச் சுற்றிய சிலர்
தற்போது
தங்க நூல் நூற்கிறார்களாம்...

எங்களுக்கோ
வெள்ளியும் தங்கமும்
விழாக்களின் பெயரில்தான்
வருகின்றன!

O

ஒரே ஒரு விஷயத்தில் மட்டும்
இந்த நாட்டு மக்கள்
உன்னை
அப்படியே பின்பற்றுகிறார்கள்...
அரைகுறையாகத்தான்
உடுத்துகிறார்கள்!

தேசம் போகிற
போக்கைப் பார்த்தால்
பிறந்தநாள் உடையே
எங்கள்
தேசிய உடையாகிவிடும் போல்
தெரிகிறது.

O

எங்கள் தலைவர்கள்
வறுமையை எப்படியாவது
வெளியேற்றிவிட
வேண்டுமென்று தான்

மேடையில்
மைக்கின் முன்னால்
பேச்சுத் தவம் செய்கிறார்கள்!

○

இருபத்தைந்தாண்டுகளில்
தேசத்தில்
மாற்றமே நிகழவில்லை என்று
யார் சொன்னது?

கண்ணீர்க் கடலில்
கலங்கள் மூழ்கிய பிறகு
அடைக்கலம் தேடிய
ஆபுத்திரனே!

அமுத சுரபியைத்தான்
நீ தந்து சென்றாய்-
இப்போது-
எங்கள் கைகளில் இருப்பதோ
பிச்சைப் பாத்திரம்!

அணைக்கட்டுகளில்
திறக்கப்படும் தண்ணீர்
பள்ளங்களை ஏமாற்றிவிட்டு
மேட்டை நோக்கியே
பாய்கிறது.

சேரிகளில் மட்டுமே நீ
யாத்திரை செய்வாய்
என்பதைத்
தெரிந்து கொண்டதால்
உன்னை நேசித்தவர்கள்
தேசத்தையே
சேரியாக மாற்றிவிட்டார்கள்!

இந்த
மாற்றங்களை நிகழ்த்திய

மந்திரவாதிகளின்
கழுத்துக்கு
நாங்கள்
மாலை சூட்டுகிறோம்!

O

உன்னுடைய படங்கள்
ஊர்வலம் போகின்றன...
நீ ஏன்
தலை குனிந்தபடி
நடுத் தெருவில் நிற்கிறாய்?

புத்திர தேசத்துக்காக நீ
புலம்புவது
என் காதில் விழுகிறது.

அமைதி கொலுவிருக்கும்
உன் சிலைகளைப்
பார்க்கும் போதெல்லாம் நான்
அழுது விடுகிறேன்.

கண்ணீரின் வெப்பத்தால்
என் கவிதை
முழுமை பெறாமலே
முடிந்து விடுகிறது.

மரங்கள்

○

மானுட ஆண்மைக்கு
மண் கொடுத்த சீதனங்கள்
மரங்கள்!

நாங்கள்–
சிறகுத் துடுப்புகள்
செலுத்திச் செல்கிற
படகுப் பறவைகளின்
பயணியர் விடுதிகள்!

எந்தப் பறவைக்கும்
இருக்க இடங்கொடுக்கும்
பொதுவுடைமை வீடுகள்

அதனால்தான்...
தராதரம் அறியாத
தான்தோன்றிப் பறவைகள்
எங்கள் தலைமீதே
எச்சமிட்டுச் செல்கின்றன!

நாங்கள்
சூடு படுகின்ற
சொந்தக்காரர்களுக்காக
விரித்தே வைத்திருக்கும்
வெண்கொற்றக் குடைகள்!

மழைக்கு ஒதுங்கும்
மர நிலையங்கள்
சரியாகப் போடாத
சல்லடைப் பந்தல்கள்
பாத சாரிகளின்
பணிமனைக் கூடங்கள்!

மனிதர்கள்
வாங்கி வைக்காத
மண்ணின் விசிறிகள்!

○

மானுடர் கரங்களில்
அகப்பட்டுக் கொண்ட
மண்ணின் கைதிகள்...

அதனால்தான்
ஊருக்கு வெளியே
உட்கார்ந்திருந்தாலும்
எங்கள்
மார்பிலும் தோளிலும்
எண்களை எழுதி
மாட்டி வைக்கிறார்கள்!

○

நாங்கள்—
காற்று மன்னவன்
கால்நடை யாத்திரையைக்
கண்டு முரசறையும்
கட்டியங்காரர்கள்!

தரையில் நடக்கப்
பிரியப்படாத போது
காற்று எங்கள்
தலைகளின் மீதே
நடந்து செல்கிறது!

இரவுக் காற்றின்
ஈர உதடுகளோடு
உறவு கொள்கிறோம்...
உலராத எச்சிலைப்
பனித்துளி யாக்கிப்
பரிசளிக்கின்றோம்!

O

தென்றலின் பார்வையில்
செல்லப் பிள்ளைகள்!
நாங்கள்
புயலின் கண்களில்
புரட்சிக் காரர்கள்!

O

சட்டையை மாற்றும்
சாரைப் பாம்புகளுடன்
சண்டையிட்டுக் கொண்டோம்
ஆதலால்
காலந்தோறும்
ஒரே உடையை
உடுத்தியிருக்கிறோம்!

காலத்துக்குக் காலம்
எங்கள் உடை
கனமாகி வருகிறது.

எங்கள் உடையை
யாரேனும்
கழற்றவோ
மாற்றவோ வந்தால்
தடுக்க முடியாமல்
கண்ணீர் வடிக்கிறோம்.

O

வெட்டி யெடுத்தால்
விறகாவோம்... வெய்யிலிலே
சுட்டு எடுத்தாலும்
சுறுசுறுப்பாய் அடுப்பெரிப்போம்!

நாங்கள்
கல்லில் எறிந்தாலும்
கம்பில் அடித்தாலும்
பரிசு கொடுக்கின்ற
பண்பின் வார்ப்புகள்!

O

வானத்தில் நடக்கும்
நட்சத்திர இரவு
விளையாட்டு மேடையில்
தவறி விழுவதைத்
தாங்கிப் பிடிப்பதற்காக
மண்ணில் கட்டிய
வலை விரிப்புகள்!

O

மனிதர்கள்
தூங்கிய பிறகும்
வானத்தில் விளக்கெரிவது
மரங்களுக்காகவே!

O

காதலர் பாதை

O

கல்யாண மேடையை
அலங்கரிப்பதற்காகக்
கனவுகள் கண்ட
கன்னிப் பூக்கள்
சவப்பெட்டியின் மேனியில்
சரிந்து விழுந்தன!

O

என் முதற் காதல்

o

முகவரி
சரியாக எழுதப்படாத
ஒரு கடிதம்
எங்கெங்கோ சென்று
முட்டி மோதி அலைந்து விட்டு
என்னிடமே திரும்பிவிட்டது!

o

அரளிப்பூ அழுகிறது

O

பூக்களிலே நானுமொரு
பூவாய்த்தான் பிறப்பெடுத்தேன்

பூவாகப் பிறந்தாலும்
பொன் விரல்கள் தீண்டலையே!

பொன் விரல்கள் தீண்டலையே- நான்
பூமாலை யாகலையே!

O

தேசத்தைப் போலவே
நம் வாழ்க்கையும்
தெருவில் நிற்கிறது

O

இந்த சுதந்திரத் திருநாளில்
உன் நினைவுகளுக்கும் சேர்த்தே
அஞ்சலி செலுத்தி விடுகிறேன்!

என் அன்பே!
தேசத்தைப் போலவே
நம் வாழ்க்கையும்
இன்று
தெருவில் நிற்கிறது.

தலைமுறைகளாய்
வளர வேண்டிய உறவு
தனிமைகளால்
கேலி செய்யப்படுகிறது

அன்புகூட ஒரு வகையில்
அடிமைத் தளைதான்!
அந்த விலங்குகளை
நொறுக்கத்தான்
அடுப்பு மண்டபங்களில்
ஆலோசனை நடத்திப்
படுக்கை அறைகளில்
சுதந்திரப் பிரகடனம்
பண்ணுகிறீர்களா?

ஒரு பெண்ணுக்குத்
தாய்வீடே போதுமென்றால்-
தலைவனோடு
தலையணைச் சகவாசம்
தேவையில்லை...

O

அரசியல் வாழ்க்கையில்
சில
கோமாளித் தலைவர்கள்
தேசத்தையே
குட்டிச் சுவராக்கி
அதில்
'வால் போஸ்டர்கள்' ஒட்டுகிறார்கள்.

குடும்ப வாழ்க்கையில்
சில
கோமாளிக் கிழத் தலைகள்
'வாய் போஸ்டர்'களாலேயே
குட்டிச் சுவர்
கட்டி விடுகிறார்கள்.

○

மாநிலங்களின் ஒப்பந்தங்கள்
காலாவதி யாகும்போது
கலகம் வருகிறது.

மணவாழ்க்கை ஒப்பந்தம்
மதிப்பிழக்கும்போது
கண்ணீர் வருகிறது.

என் அன்பே
தேசத்தைப் போலவே
நம் வாழ்க்கையும்
இன்று
தெருவில் நிற்கிறது!

○

அம்மாவின் வார்த்தைகள் மட்டுமே
வேதவாக்கானால்– நீ
தொட்டிலிலேயே கிடந்திருக்கலாம்
கட்டிலுக்கு
வந்திருக்க வேண்டியதில்லை!

மனச் சுமைகள்
அதிகமாகும்போது...
தாங்க முடியாத
தாலிப் பாலங்கள்
தகர்ந்து போகின்றன.

○

தண்டிக்கப்பட்டது
என்
ஆசைகளல்ல...
அன்புதான்!

உன் தாய்
உன்னை அலங்கரிப்பது
ஆபரணங்களால் அல்ல
என்
அவஸ்தைகளாலே தான்!

என் கண்கள் காணாத
உன் அலங்காரங்கள்
யாருக்காக?

O

நான் தென்றலாகத் தானே
வந்தேன்
நீ ஏன் உன்
ஜன்னல்களைச் சாத்தினாய்?

உன் வீட்டுக்
காற்றுக்குக் கூட
விஷப் பல் முளைத்தது
எப்போது?

O

உன்னை
உதயமாக்க முயன்றதற்காகவா
என்னை
அஸ்தமன மாக்கிவிட்டாய்?

மனச் சுமைகள்
அதிகமாகும் போது...
தாங்க முடியாத
தாலிப் பாலங்கள்
தகர்ந்து போகின்றன.

என் அன்பே!
இந்த சுதந்திரத் திருநாளில்
உன் நினைவுகளுக்கும்
சேர்த்தே
அஞ்சலி செலுத்தி விடுகிறேன்!

O

நம்முடைய இளமையின்
பிருந்தாவனத்தில்
இரவும் பகலும்
சருகுகளாகவே உதிர்கின்றன.

மழையைக் கொடுக்காத
இடியால் என்ன பயன்?
சமாதானத்தில் முடியாத
சண்டைகளால்
யாருக்கு லாபம்?

கரையைப் பற்றிக் கொள்ளாமல்
நதி மகளே உன்னால்
நடக்க முடியுமா?

O

நம்
இதய வீணைகளின்
நரம்புகளை வருடுபவை
இளைய விரல்களல்ல...
முதிய மரக்கட்டைகள்!

O

உன்னை நேசித்ததற்குப் பதிலாக
நான்
மதுவை நேசித்திருக்கலாம்...

குடியிருப்புக்காவது
குறைவு வந்திருக்காது!

O

ஒரு மகா காவியத்திற்கு
உன்னை நாயகியாக்கினேன்

நீயோ
ஒரு கவிதைக்குக் கூட
உருவம் கொடுக்காமல்
போய் விட்டாயே!

இந்த நெடிய பாலை வழியில்
ஒரு நொண்டி
ஒட்டகத்தை நம்பிப்
பயணப்பட்ட
என் முட்டாள் தனத்தை
என்ன சொல்வது?

என் இளமையின்
பிருந்தாவனத்தில்
இரவும் பகலும்
சருகுகளாகவே உதிர்கின்றன...

என் அன்பே!
இந்த சுதந்திரத் திருநாளில்
உன் நினைவுகளுக்கும்
சேர்த்தே
அஞ்சலி செலுத்திவிடுகிறேன்!

O

அறுவடை

பொன்னன் :

வெளஞ்ச நெல்லை அறுக்கும் போது
என்னடி பேச்சு– பொன்னி
என்னடி பேச்சு– இதை

வீடு கொண்டு சேர்க்க வேணும்
மணியென்ன ஆச்சு– பொன்னி
மணி என்ன ஆச்சு?

பொன்னி :

அறுத்த நெல்லை எடுத்துப் போக
ஆள்வரு வாரு– பொன்னா
ஆள்வரு வாரு– நெல்லை

அள்ளிக் கிட்டு நமக்குக் கொஞ்சம்
கூழ்தரு வாரு– பொன்னா
கூழ்தரு வாரு!

பொன்னன் :

தை பிறந்தா வழி பிறக்கும்
கேளடி கேளு– பொன்னி
கேளடி கேளு– ஒரு

சமயம் வந்தா இமயங் கூடக்
கூழடி கூழு– பொன்னி
கூழடி கூழு!

பொன்னி :

தை பிறக்கும் முன் பிறந்த
தேசத்தைப் பாரு– பங்களா
தேசத்தைப் பாரு– மக்கள்

சக்தி யாலே வெற்றி கொண்ட
சரித்திரம் நூறு– அந்த
சரித்திரம் கூறு!

பத்மா நதிக்கரையில் பாரதக் கவிஞன்

கவி:

    பங்களா தேசத்துப் பாதையில் நின்றொரு
    பாடகன் பாடுகிறேன்- வீர
    பாரத பூமியின் பாரதி சீமையின்
    பாடகன் பாடுகிறேன்!

பங்களா தேசத்துத் தோழர்கள்:

    எங்கள் இருட்டுக்கு வைகறை தீபத்தை
    ஏற்றிய சோதரரா?- விதி
    எழுதிய எழுத்தினை ஏழிரு நாட்களில்
    மாற்றிய இந்தியரா?

    பாரத மகாகவியே வருக... எங்கள்
    பசித்த செவிகளில் தேன் பெருக- உன்
    பாடல் அமுதத்தை நீ தருக!

கவி:

மூண்ட நெருப்பினில் மூழ்கி எழுந்த எம்
முக்தி வாகினித் தோழர்களே- உங்கள்
மோனக் கனவுக்கு ஞான உருத் தந்த
மூத்த சகோதரன் முஜீப் நலமா?

அவர்கள்:

கூண்டு திறந்ததும் கோட்டை மறவனின்
கொள்கை முழக்கம் தொடர்கிறது
குற்றுயி ரானஎம் 'டாக்கா'வின் வீதியில்
கோபுரம் மீண்டும் எழுகிறது!

கவியின் பிரகடனம்:

பச்சைச் சணல்வயல் ஓரத்திலே- உங்கள்
பச்சைக் குழந்தைகள் பரிதவித்தார்
மிச்சக் கதையையும் பேசுவதால்- அவை
மீண்டும் திரும்புமா தோழர்களே?

தூக்கக் கடிதத்தில் முத்திரை குத்திய
துக்கத் தபால்களை நாம் கிழிப்போம்
ஏக்க வரிக் கனா நீக்கிப் புதுயுக
எழுச்சிப் புலரலில் கண் விழிப்போம்!

கல்லறை கீதங்கள் பாடி நெகிழ்ந்திடக்
காலம் நமக்கில்லை தோழர்களே- இனி
கைகளின் கீதத்தைப் பாடி நடந்தெதிர்
காலச் சரித்திரம் நாம் படைப்போம்!

துப்பாக்கிக் குண்டுகள் நெஞ்சிலிட்ட பொட்டு
துளைகளும் கீறலும் ஆறிடும்முன்
செப்பனிட வேண்டும் தோழர்களே- இந்த
தேசத்தின் சல்லடை மேனியினை!

தேகத்தின் மானத்தைத் தெருவில் இழந்தாலும்
தேசத்தின் மானத்தைக் காத்தவர் நாம்!
யாக நெருப்பினில் வேக மறுபடி
யாவரும் வாருங்கள் தோழர்களே!

கன்னி மரங்களின் பட்டை உரித்திட்ட
காம வெறியரை நாம் மறப்போம்
பொன்னி நதிக்கரை ஈர மனங்களைப்
பூமிப் புழுதியில் நாம் விதைப்போம்!

பிஞ்சு மழலைகள் நெஞ்சில் மிதித்திட்ட
பீரங்கிப் பேய்களின் காற்சுவடு
நெஞ்சில் இருக்கட்டும்! இலட்சிய பூமி நம்
நேரில் பிறக்கட்டும் தோழர்களே!

மாயக் கனவுக்கு மாலைகள் சூட்டிய
மண்ணின் எதிரிகள் ஓடிவிட்டார்- இனி
தாயின் கனவுக்குப் பாலம் அமைத்திடும்
சாதனை செய்குவீர் தோழர்களே!

o

நிழல்கள்

O

சூரிய நெருப்பு
சுடுகிற பாதத்தில்
ஒத்தடம் கொடுக்கும்
நிழல் ஒற்றர்கள்

வெய்யில் தாங்காமல்
விரைந்து வரும்
காலுக்குச்
சிறிது நேரச் செருப்புகள்!

வெளிச்சத்தின்
காலடிச் சுவடுகள்!

பங்களா தேசத்துப்
படுகொலை வீதியில்
மானம் இழந்த
மங்கலப் பெண்களின்

கறுப்பு முக்காடுகள்
கண்ணீரின் பர்தாக்கள்!

மண்ணின் மச்சங்கள்
மரத்தின் எச்சங்கள்!

O

கலைந்த கனவுகள்

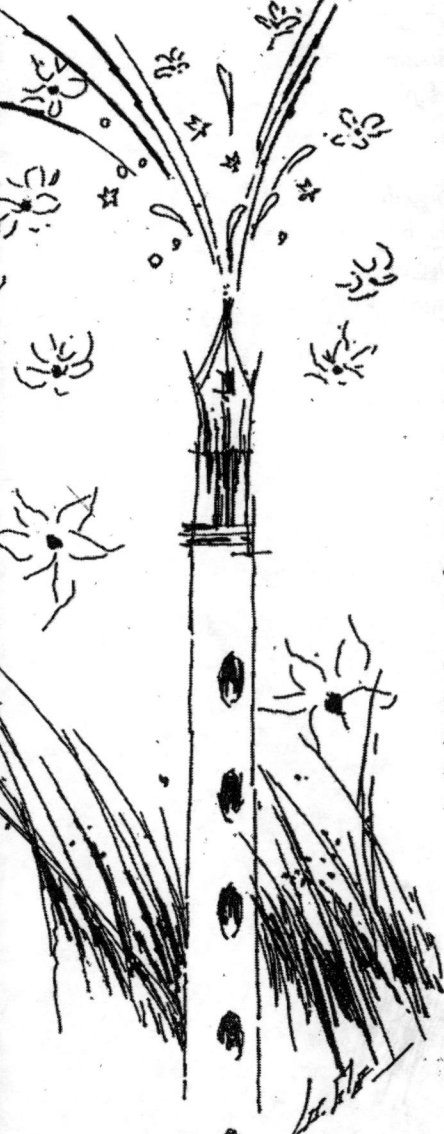

○

வாழ்க்கையைப்
பிரசவிக்கத் துடித்த எங்கள்
வசந்த சொப்பனங்களை
இலையுதிர் காலத்தின்
இரவுச் சிறகுகள்
கவர்ந்து சென்றுவிட்டன!

வேதத்தைக் கட்டிக் கொண்டு
நீங்களே அழுங்கள்

சாதத்தை மட்டுமாவது
எங்களுக்குக் கொடுங்கள்-
என்று கேட்டு

தேவர்களை வியக்க வைத்ததொரு
பூமியின் பாடல்
அசுரர்களால் கைப்பற்றப்பட்ட
அதிசயம் நிகழ்ந்திருக்கிறது!

எங்கள்
கனவுகளைக் கலைப்பதற்காக
இமைகள்
பிடுங்கப்பட்டிருக்கின்றன!

கால காலமாய்க்
கால் உதை பட்டாலும்
பூமியானது
புதிய புதிய மலர்களை
புஷ்பித்தே கொடுக்கிறது.

ஒரு மகாகவியின்
கைகளைக்
கட்டி வைத்து விடுவதால்
காலத்தின் கவிதைகள்
கருச்சிதைவாகி விடுவதில்லை!

பூமியைப் புரட்டும்
புழுதியின் கீதங்கள்
புறப்பட்டு வருகிற
போது-

புல்லின் நுனியிலும்
புதுமை சிலிர்க்கும்
புல்லாங் குழலிலும்
புரட்சி வெடிக்கும்!

O

சுய தரிசனம்

O

நான் சுதந்திரமானவன்
என்னைக்
கட்டுப்படுத்த முடியாது.

கட்டிப் போட முயன்றவர்கள்
தங்கள் காயங்களுக்குக்
கட்டுப் போட்டுக் கொண்டிருக்கிறார்கள்!

நான் நித்தியமானவன்
என்னை
அழித்துவிட முடியாது

அழிக்க நினைத்தவர்களின்
கல்லறைப் பெட்டிகளைக்
கரையான்
அரித்து விட்டது.

நான் மண்ணில்தான்
நிற்கிறேன்
ஆனாலும்-
வானத்தின் தோலைக் கிழித்துக்
காலுக்குச் செருப்பாகப்
போட்டுக் கொள்ளும்
வல்லமை எனக்குண்டு!

புயல்- என் விசிறி!
பூமியை
நடுநடுங்க வைக்கும்
பூகம்பம் எனக்கு
ஊஞ்சல் விளையாட்டு.

இடி யோசை-
என்னைத் துயில் நீங்க வைக்கும்
திருப்பள்ளி எழுச்சியின்
இன்னிசை!

தோன்றிய நாள் தொட்டே
பூமி அனைத்தையும்
தன் தலையில்
தாங்கி வருவதாகச் சொல்லப்படும்
ஆதிசேடனுக்கு-
என்
கால் நடை ஒன்றே
கழுத்து வலியை உண்டாக்கிவிடும்.

என் பெருமூச்சுப் புறப்படும்போது
எட்டுத் திசைகளும்
இடம் மாறிப் போகின்றன.

ஒன்று திரண்ட
உழைக்கும் இனத்தின்
ஆற்றலுக்கு-
அடையாளம் நான்!

o

58 கண்ணீர்ப் பூக்கள்

பாரதி பதித்த சுவடு

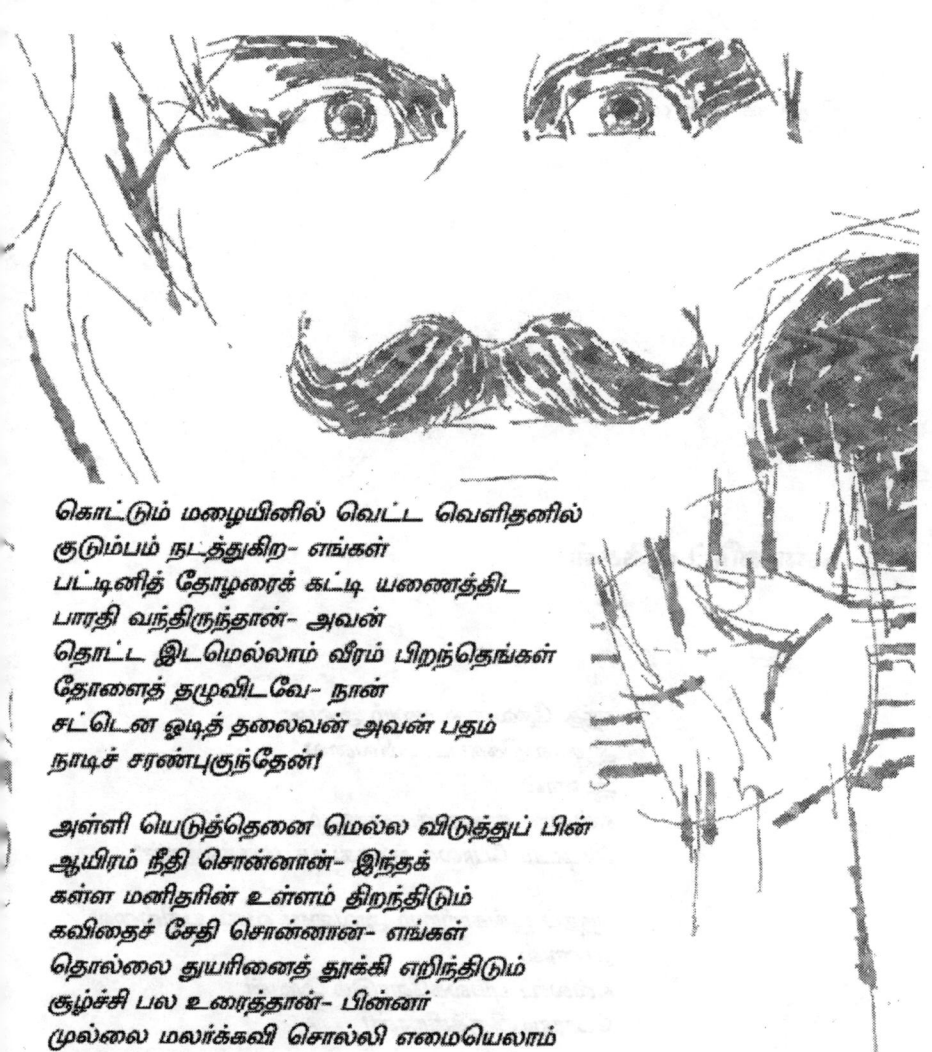

கொட்டும் மழையினில் வெட்ட வெளிதனில்
குடும்பம் நடத்துகிற- எங்கள்
பட்டினித் தோழரைக் கட்டி யணைத்திட
பாரதி வந்திருந்தான்- அவன்
தொட்ட இடமெல்லாம் வீரம் பிறந்தெங்கள்
தோளைத் தழுவிடவே- நான்
சட்டென ஓடித் தலைவன் அவன் பதம்
நாடிச் சரண்புகுந்தேன்!

அள்ளி யெடுத்தெனை மெல்ல விடுத்துப் பின்
ஆயிரம் நீதி சொன்னான்- இந்தக்
கள்ள மனிதரின் உள்ளம் திறந்திடும்
கவிதைச் சேதி சொன்னான்- எங்கள்
தொல்லை துயரினைத் தூக்கி எறிந்திடும்
சூழ்ச்சி பல உரைத்தான்- பின்னர்
முல்லை மலர்க்கவி சொல்லி எமையெலாம்
மோகத்தில் நீந்த வைத்தான்!

நாட்டு விடுதலை கேட்டுக் கிளம்பிடும்
நல்ல படையமைத்தான்- ஒரு
பாட்டுத் திறத்தினால் வையத்தைக் காத்திடும்
பாதை தெரிந்தெடுத்தான்- பணக்
கோட்டை தகர்த்திடும் வேட்டுக் கவிதைகள்
கொண்டுவந்தே கொடுத்தான்- அவன்
மூட்டிய தீயிங்கு மூண்டது மாண்டது
மூடச் சடலங்களே!

கண்ணீர்ப் பூக்கள்

o

எந்த தேவதையாலும் அவன்
ஆசிர்வதிக்கப்படவில்லை
ஆனால்
எல்லாச் சாத்தான்களாலும்
இஷ்டம் போலச் சபிக்கப்பட்டிருக்கிறான்!

எந்தப் பூங்காற்றும் அவனை வருடியதில்லை
ஆனால்
எல்லாப் புயல்களோடும் அவன்
போராடியிருக்கிறான்!

மகிழ்ச்சி மலர்களை அவனால்
பறிக்க முடியவில்லை
அவன் தோட்டத்தில் மலர்வதெல்லாம்
கண்ணீர்ப் பூக்களாகவே காட்சியளிக்கின்றன!

என்றாலும் அவன் பயணம் பழுதுபடவில்லை

சோகச் சிலுவைகளை நெஞ்சில்
சுமந்து கொண்டு
அவன் நடக்கிறான்
அழுகைக்குப் பிறகும் ஓர்
அணிவகுப்பு நடத்துகிறான்!

சோதர மானுட வேதனைகளுக்காக- அவனது
கவிப்பயணம் காலசைக்கிறது
துயரச் சுவடுகள் நெஞ்சில் குவிகின்றன!
பாதச் சுவடுகள் பூமியில் பதிகின்றன!

○

என் வாழ்க்கை நாடகத்தில்
எத்தனையோ காட்சிகள்
எத்தனையோ காட்சிகளில்
எழமுடியா வீழ்ச்சிகள்!

மண் வாழ்க்கை மேடையில் நான்
மாபெரிய காவியம்
மாபெரிய காவியத்தின்
மனம் சிதைந்த ஓவியம்!

○

ஆடுகின்ற பேய்மனதில்
ஆயிரமாம் ஆசைகள்
ஆயிரமாம் ஆசைகட்கு
அனுதினமும் பூசைகள்!

சூடுகின்ற மாலைகளோ
தோள்வலிக்கும் தோல்விகள்
தோள்வலிக்கும் தோல்விகள் நான்
தொடங்கிவைத்த வேள்விகள்!

○

காலமெனும் தாளிலொரு
கதையெழுத வந்தவன்
கதையெழுத வந்ததனால்
கனவுகளில் வெந்தவன்!

ஓலமிடும் சிந்தனையால்
உறங்குவதை விட்டவன்
உறங்குவதை விட்டதனால்
உடல் சிதைந்து கெட்டவன்!

○

மன்னவரின் சபைகள்தமை
மயங்க வைத்த பாவலன்
மயங்கவைத்த வேளையிலும்
மயங்கிவைத்த கோவலன்!

மின்னும் விழிப் பொற்குளத்தில்
மீன்பிடிக்கப் போனவன்
மீன்பிடிக்கப் போனதனால்
வேதனைக்குள் ளானவன்!

○

ஈரவிழிக் காவியங்கள்
எழுதி வெளி யிட்டவன்
எழுதி வெளி யிட்டதனால்
இதயங்களைத் தொட்டவன்!

ஓரவிழிப் பார்வைகளின்
 ஊர்வலத்தில் சென்றவன்
 ஊர்வலங்கள் சென்றபோது
 ஒதுங்கிவந்து நின்றவன்!

O

பாயும் நதி மீதிலொரு
 படகினை நான் ஓட்டினேன்
 படகை நன்கு ஓட்டியதால்
 பரிசுகளை ஈட்டினேன்!

ஆய பல சுமைப் பரிசை
 அப்படகில் ஏற்றினேன்
 அப்படகு கவிழ்ந்ததனால்
 அலைநடுவே மாட்டினேன்!

O

வரங்கொடுக்கும் தேவதைகள்
 வந்தபோது தூங்கினேன்
 வந்தபோது தூங்கிவிட்டு
 வாழ்க்கையெல்லாம் ஏங்கினேன்!

கரங் கொடுக்கும் வாய்ப்புகளைக்
 கைகழுவி வீசினேன்
 கைகழுவி வீசிவிட்டுக்
 காலமெல்லாம் பேசினேன்!

O

புல்லர்களின் மனக்குகையில்
 புனித விதை விதைத்தவன்
 புனித விதை விதைத்தபோது
 புதை மணலை மிதித்தவன்!

செல்லரித்த மானுடத்தைச்
 சீர்திருத்தப் பாடினேன்
 சீர்திருத்தப் பாடியதால்
 பேரெதிர்ப்பைத் தேடினேன்!

O

அற்பர்களின் சந்தையிலே
 அன்பு மலர் விற்றவன்
 அன்பு மலர் விற்றதற்குத்
 துன்ப விலை பெற்றவன்!

முட்புதரில் நட்பு மலர்
முளைக்குமென்று நம்பினேன்
முளைத்து வந்த பாம்புகளே
வளைத்த போது வெம்பினேன்!

○

நெஞ்சுவக்கும் மலர் பறிக்க
நெருப்பினில் கை விட்டவன்
நெருப்பினில் கை விட்டதனால்
நினைவுகளைச் சுட்டவன்!

வஞ்சி மலர் ஊமை மன
மாளிகையின் அதிபதி!
மாளிகையின் அதிபதிக்கு
மனதில் இல்லை நிம்மதி!

○

சோலைவழி வீதிகளில்
சுகமளிக்கும் பார்வைகள்
சுகமளிக்கும் பார்வைகள் என்
சுதந்திரத்தின் போர்வைகள்!

பாலைவன மணல் வெளியில்
பாடகனின் யாத்திரை
பாடகனின் யாத்திரையே
பசித்தவர்க்கு மாத்திரை!

○

என் வாழ்க்கை நாடகத்தில்
எத்தனையோ காட்சிகள்
எத்தனையோ காட்சிகளில்
எழ முடியா வீழ்ச்சிகள்!

மண் வாழ்க்கை மேடையில் நான்
மாபெரிய காவியம்
மாபெரிய காவியத்தின்
மனம் சிதைந்த ஓவியம்!

○

ஒரு கடிதம் அனாதையாகிவிட்டது

O

சேரும் முகவரி சரியில்லை
அனுப்பிய முகவரி அதில் இல்லை!
ஒரு கடிதம்
அனாதையாகி விட்டது...
ஒரு கடிதம்
அனாதையாகி விட்டது...

பற்பல ஊர்களின்
முத்திரை பதிந்தது
பற்பல தெருக்களில்
விசாரணை நடந்தது
பற்பல தினங்கள்
பறந்து கடந்தது!

பிறந்த இடத்தின்
பெயரே இல்லை
புகுந்த இடமோ
புரிய வில்லை.

அந்தக்
கடிதத்தை-
அஞ்சல் நிலையங்கள்
ஆராய்ச்சி செய்தன.

ஒட்டியிருந்த
உறையின் உள்ளே
இருந்த தாளில்-
எழுதியிருந்தது
இப்படி:

"ஒரு வாரத்திற்குள்
உங்கள்
பதில் வரவேண்டும்
இல்லாவிட்டால்
உயிர்ப்பறவை சிறகடிக்கும்
கடைசி முத்தமிட என்
கல்லறைக்கு வரலாம்"

O

சேரும் முகவரி சரியில்லை
அனுப்பிய முகவரி அதில் இல்லை
ஒரு கடிதம் அனாதையாகி விட்டது!
ஒரு கடிதம் அனாதையாகி விட்டது!

O

தாலாட்டுக் கேட்காத தொட்டில்கள்

O

கனவுகளின் நூலிழையில்
கைராட்டை சுற்றுகிறாள்
தங்கத் துகளெடுத்துத்
தரைமெழுகிப் பாடுகிறாள்-

ஆசைகளின் வான்வெளியில்
ஆயிரமாய்ப் பூ மலர
ஓசைகளால் வீடு கட்டி
உயிர்த்தோட்டம் போடுகிறாள்...

வாலிபத்தின் பூங்கொத்தில்
வருடல்கள்
தாலிகட்டும் முன்பு சில
தரிசனங்கள்
வேலியிலா இள நிலத்தில்
விதைகள்...

மதிமயக்கும் பளபளப்பில்
மனம்மறந்த வேளைகளில்
பாய்விரித்த தோணியின் மேல்
பருவத்தின் ஊர்வலங்கள்...

O

பன்னீர் மரக்கிளையில்
பாசஇலை உதிர்காலம்...
கண்ணீர் மர வயிற்றில்
கர்ப்ப இலை உதயம்...

தேவ சுகக்கதைகள்
சேகரித்துத் தந்த
சேவல் சிறகடிப்பு
சேயிழையின் எதிர்பார்ப்பு!

மாதக் காலண்டர்
மார்பில் கனம் குறைய
மாது மணிவயிற்றில்
மடியில் கனம் வளர

வாசலிலே கோலம்
வரையா திருந்த மகள்
ஆசைகளின் கோலம்

அழிந்தாள்
அதிர்வடைந்தாள்.

நம்பிக்கை வானில்
    நட்சத்திரம் உதிர...
கோபுரத்தின் பொற்கலசம்
    குடையோடு சாய்ந்து விழ...
தன்னந் தனிப்பறவை
    தாய்ப்பறவை யாகிவிட....

o

ஆல மரத்தடியில்
    ஆளுயரக் குப்பைத் தொட்டி
    ஆளுயரக் குப்பைத் தொட்டி
    அழுகின்ற குரல் கேட்கும்!

கண்ணில் வளர்த்தெடுத்த
    கனவுகளில் சிறு கனவு
    கனவுகளில் சிறு கனவு
    கலங்குகிற குரல் கேட்கும்!

தூக்கி வளர்ப்பதற்குத்
    தோள் பலத்தை நம்பாமல்
    தூக்கி எறிந்துவிட்ட
    துயரக் குரல் கேட்கும்!

தூக்கி எறிந்துவிட்ட
    துயரக்குரல் கேட்கும் இடம்
    தொடுவானில் கட்டவிழ்ந்த
    தொட்டிலோ? புதைகுழியோ?

o

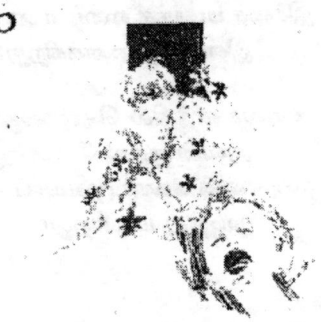

எதிர் காலத்தில்....
தொலை தூரத்தில்....

O

அடிவா னத்தில் தொலைதூ ரத்தில்
அவன் குரல் கேட்கிறது
முடிவைக் காண முடியாப் புதிர்கள்
முடிந்து மடிகிறது

உலகை வென்றே உலவும் உருவம்
உயரே தெரிகிறது
கலக மனிதரின் கண்கள் கலங்கக்
கைகள் குவிகிறது

செத்துப் பிறந்த சொத்தைக் கொள்கைகள்
சவக்குழி செல்கிறது
புத்தம் புதிய தத்துவ உலகம்
புன்னகை புரிகிறது.

பச்சைக் கனவில் சிவப்பு மலர்களைப்
பருவம் இணைக்கிறது
இச்சை படர்ந்த ஏழை மனங்களை
இன்பம் நனைக்கிறது!

அடிவா னத்தில் தொலைதூ ரத்தில்
அவன் குரல் கேட்கிறது
முடிவைக் காண முடியாப் புதிர்கள்
முடிந்து மடிகிறது!

O

பிரமுகர் வீட்டுச் செருப்புக்குக் கூட–
பேட்டியளிக்கும் தகுதிகள் உண்டு!

செருப்புடன் ஒரு பேட்டி

● உங்கள் இனத்தைப் பற்றி நீயே ஏதேனும்
உரைக்க முடியுமா?

○ உழைப்பதற்காகவே விலைக்கு வாங்கப்படும்
அடிமைகள் நாங்கள்! மனிதர்களின்
பாதங்களுக்குப் பயண வாகனங்கள்

கடைவீதிகள் காட்டிக் கொடுக்கக்
'காலணி' ஆதிக்கத்தால் கைதுசெய்யப்
படுகிறோம்!

உள்ளே ஒருவர்
இருக்கிறாரா இல்லையா என்று அறிவிக்கும்
பித்தளை போர்டுகள் பின்னால் வந்தவை!
நாங்களோ
வெகு காலமாக அந்த
வேலையைச் செய்கிறோம்!

காலடியில் மிதிபட்டுக் காலமெலாம்
உழைத்தாலும்
வாசலில் மட்டுமே வாசம் புரிகிறோம்...
உழைப்பதற் காகவே விலைக்கு வாங்கப்படும்
அடிமைகள் நாங்கள்!

- காலில் மிதிபடுவதாய்க் கண்ணீர்
  விடுகிறீர்களே- உங்களைக்
  கைகளில் தூக்கி நாங்கள்
  கௌரவிப்ப தில்லையா?

○ சில சமயங்களில்...
  கைகளில் தூக்கிக் காப்பாற்றி வைப்பது
  மீண்டும் எங்களை மிதிப்பதற்காகவே!

- போகட்டும்...
  ஒப்பற்ற உழைப்புக்கு உங்களைத்தானே
  உவமானம் சொல்கிறோம்...

○ உவமானங்களால் மட்டுமே எங்கள்
  அவமானங்கள் அழிந்து விடுவதில்லை
  அதோடு
  இழிவு படுத்தவும் எங்களைத் தானே
  'எடுத்து'க் காட்டுகிறீர்கள்...

- சரி...சரி...
  குறைகளைப் பற்றி உங்கள் இனத்தவர்
  கூடிப் பேசிடலாமே...!

○ எவ்வித முன்னறிவிப்புமின்றி
  எங்கள் கூட்டங்களைக்கூட
  நீங்களே ஏற்பாடு செய்துவிட்டு

  தீர்மானம் நிறைவேற்றும் முன்
  திடீரென்று கலைத்து விடுகிறீர்களே!

- நீங்கள் கூட்டம் போடும்போது
  பார்வையாளர்கள் பங்கு கொள்வதுண்டா?

○ கோவில் வாசலில்... வைபவ நெரிசலில்...
நாங்கள் கூட்டம் போடும்போது
எங்களில் கன்னிமை கழியாத புதியவர்களை
சில கொள்ளைக்காரர்கள்
நோட்டம் போடுகிறார்கள்.

● தனியாக உங்களுக்கென்று
தத்துவப் பார்வை உண்டா?

○ உண்டு.
சருகை மிதித்தால் சப்திக்கும் நாங்கள்
மலரை மிதிக்கும்போது மௌனம் சாதிக்கிறோம்.

● வாங்கிய புதிதில் காலைக் கடிக்கும்
வழக்கம் எதற்காக?

○ எங்களுக்கும் ரோஷம் இருக்கிற தென்பதைக்
காட்டிக் கொள்ளவே
ஆரம்பத்தில் கொஞ்சம் கடித்துப் பார்க்கிறோம்

தொடர்ந்து போராடும்
'தோல்' வலிமை யற்றதால்
பாதம் படப் படப் பணிந்து விடுகிறோம்!

● திடீரென அறுந்து போய் நடுவீதியில்
எங்களைத் திண்டாட வைப்பது ஏன்?

○ நாங்கள்
ஒத்துழையாமை இயக்கம்
தொடங்கும் போதுதான்
தெருவோரத் தொழிலாளியின்
வயிற்றுப் பாட்டுக்கு வழி பிறக்கிறது!

● பழசாகிப் போனதெனும் காரணம் காட்டி
உங்களை நாங்கள் ஒதுக்கி விடும்போது...?

○ உங்களால் ஒதுக்கப்பட்டவர்
எங்களை —
உபயோகித்துக் கொள்வர்!

- இனிய நினைவுகள் வாழ்வில் ஏதேனும்?

○ நாணத்தில் கவிழும் தாமரைக் கண்கள்
உங்களைச் சந்திக்கும் முன்பாக
எங்களைத்தான் சந்திக்கின்றன!

- தீவிரமாக எதைப்பற்றியாவது நீங்கள்
சிந்திப்பதுண்டா?

○ உண்டு!
சில தேசங்களையும்
சில ஆட்சிகளையும்
பார்க்கும்போது
மீண்டும் நாங்களே
சிம்மாசனம்
ஏறிவிடலாமா
என்று
யோசிப்பதுண்டு!

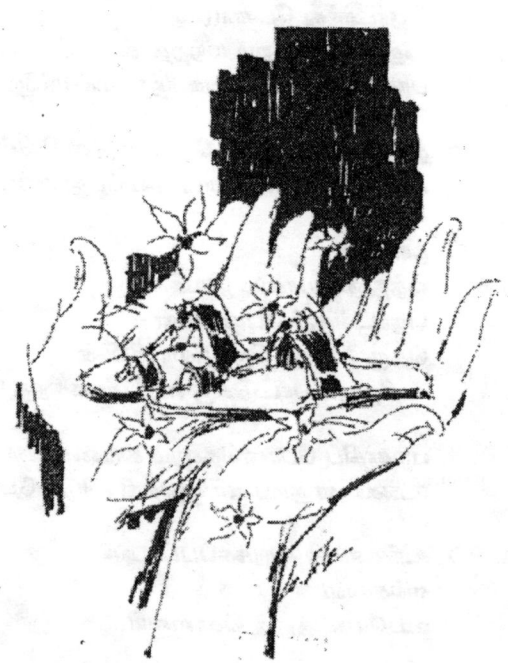

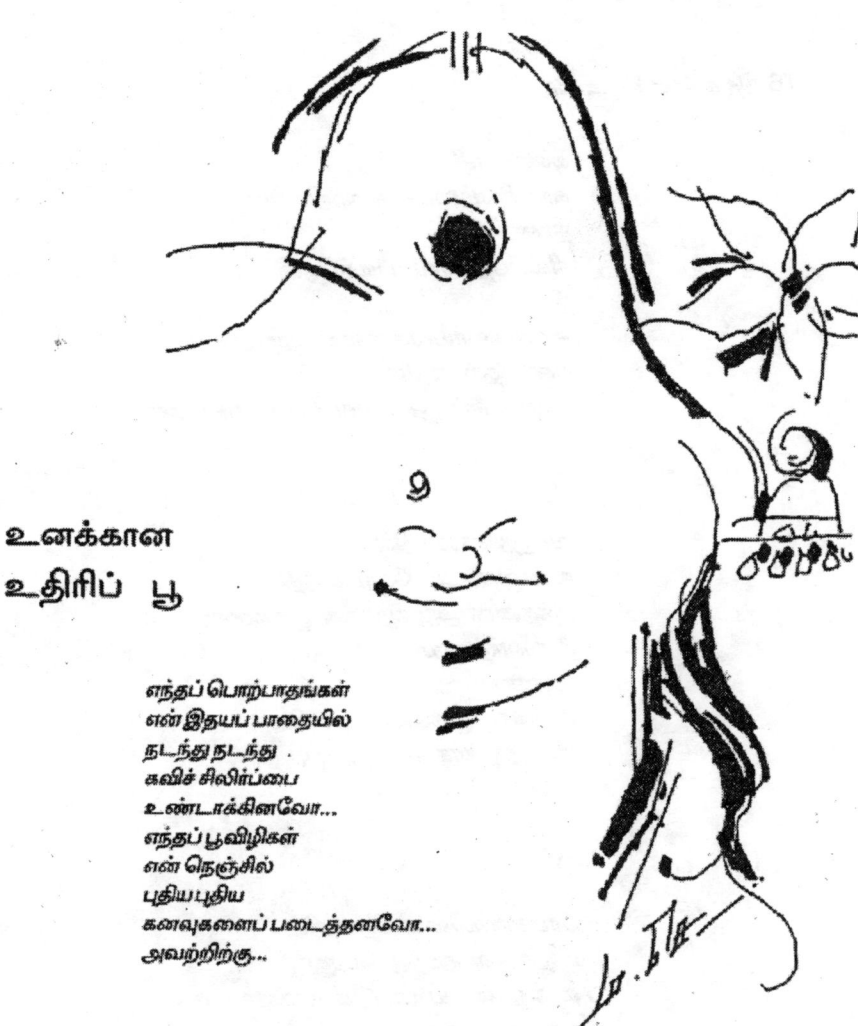

உனக்கான உதிரிப் பூ

எந்தப் பொற்பாதங்கள்
என் இதயப் பாதையில்
நடந்து நடந்து
கவிச் சிலிர்ப்பை
உண்டாக்கினவோ...
எந்தப் பூவிழிகள்
என் நெஞ்சில்
புதிய புதிய
கனவுகளைப் படைத்தனவோ...
அவற்றிற்கு...

O

உன் கண்ணீரை மொழி பெயர்த்தேன்
அது கவிதையாயிற்று
உன் புன்னகையை மொழி பெயர்த்தேன்
அது சங்கீதமாயிற்று
முழுமையாக
உன்னையே மொழிபெயர்த்தேன்
அந்த உயிருள்ள மொழிபெயர்ப்பு
என்னையே மொழிபெயர்த்து
எழுதலாயிற்று!

கண்ணகி
காற்சிலம்பைக் கழற்றினாள்
நான்
சிலப்பதிகாரம் படித்தேன்
நீ
கைவளையல்களைக் கழற்றினாய்
என் தோழர்கள்
கண்ணீர்ப் பூக்களை வாசிக்கிறார்கள்!

O

வசந்த காலத்தில்
உன்னுடைய தோட்டத்தில்
எத்தனை அழகழகான பூக்களை
நீ வளர்த்தாய்!
ஆனால்
எல்லாப் பூக்களையும்விட
மிக அழகாக வளர்ந்த பூ
நீதான் பெண்ணே!

O

பாடசாலையை நோக்கிப்
பாதங்கள் நடந்த போது
உன்னுடைய பட்டுக் கரங்களால்
எத்தனை எத்தனை புத்தகங்களைத்
தொட்டுத் தூக்கிச் சென்றாய்!
ஆனால்
எல்லாப் புத்தகங்களையும் விட
ஒரு புதுமையான புத்தகம்
நீதான் பெண்ணே!

O

சங்கீத அலை பரவும்
சௌந்தர்யத் தேன் குரலில்
எத்தனை எத்தனை
இனிய பாடல்களை நீ
இசைத்தாய்!
ஆனால்
எல்லாப் பாடல்களையும் விட
இதயத்தை வருடியபடி
இனித்திருக்கும் பாடல்
நீதான் பெண்ணே!

O

ஆயிரம் கனவுகளை
உன்னை
யார் வளர்க்கச் சொன்னார்கள்?
நீ ஏன்
என்
நிழலோடு
சண்டை பிடிக்கிறாய்?

O

காவியங்களில் மட்டுமே
சந்திக்கக்கூடிய
சில நல்ல மனிதர்களை
வாழ்க்கையிலும்
சந்திக்க நேரும்போது
வாழ்த்தக்கூட முடிவதில்லை
வணங்கத்தான் தோன்றுகிறது
- என்றாய்

எனக்குத் தெரியும்
நீ வேண்டுவது
தொழுவதை அல்ல
தொடுவதை!

O

கல்யாணி ராகத்தைக்
காணாமல்
முகாரியிலேயே உன் பாடல்
முடிந்து விடுமா?
எதற்கும்
பாகவதரைக் கேட்டுப் பார்!

○

நான் சூறாவளியாய்ப்
புறப்பட்டபோது
தனித்து விடப்பட்டதொரு
அனாதைச் செடியின்
ஒற்றை ரோஜாவாய் நின்று
என் இரக்கத்தைப்
பெற்றுக் கொண்டாய்.

பார்வைப் பூக்களால் என்
பாதங்களை அர்ச்சித்தாய்!

மெல்லிய பூங்காற்றாய்
உன் மேனியை வருட வந்தபோது
ஆயிரந் தலைவாங்கி
அபூர்வ சிந்தாமணியாய் மாறி
அவஸ்தைப் படுத்தினாய்

மழை நிழல் பிரதேசமாக
என்னை
மாற்றினாய்!

○

உன்னைக் கண்ட பிறகுதான்
நான்
கனவு காணக் கற்றுக் கொண்டேன்.
இப்போது–
கனவுகளே உன்னை எனக்குக்
கற்றுத் தருகின்றன.

○

நீ புறப்பட்டபோது
என்னை மட்டுமே
அலட்சியப்படுத்துவதாக நினைத்தேன்
இந்த பூமியையே
அலட்சியப்படுத்திவிட்டுப்
போய் விட்டாயே.

என் இரவே
கண்களாய் மாறிக்
கண்ணீர் சிந்தும்போது
பகலுக்கு நான்
என்ன
பதில் சொல்வது?

O

ஒரே ஒரு பூவுக்காக
நீ யாசித்தபோது
என் கூடை
காலியாயிருந்தது.

இப்போது
என் கூடையெல்லாம்
பூவாய்க்
குவிந்திருக்கும்போது
உன்
கல்லறையைப் பார்த்து
நட்சத்திரங்கள்
கண் சிமிட்டுகின்றன!

O

சமாதானம்

O

வியட்நாம் அலைவரிசையில்
நீங்கள் கேட்டு வந்த
வேதனைப் பாடல்களின்
ஒலிபரப்பு
இத்துடன் முடிகிறது.
மீண்டும்
வேறு அலைவரிசையில்
இதே பாடல்கள்
தொடரும் வரை-
நேயர்களுக்கு வணக்கம் கூறி
விடைபெறுவது...

O

மரம்

○

இதற்கு
என்ன நேர்ந்து விட்டது?
இப்படித்
தலையை
விரித்துப் போட்டுக் கொண்டு
புலம்புவது ஏன்?

காற்றின் மொழி
தெரிந்தாலாவது
கேட்டுப் பார்க்கலாம்!

○

மாம்பழ ஊரில்
மனக் குயில்கள்
அழுகின்றன

O

உன் சிலைகள் உடைகின்றன
நீயோ
மோகனப் புன்னகையிலேயே இன்னும்
மூழ்கியிருக்கிறாய்...

உனது புன்னகையின் பொருள் எனக்குப்
புரியவில்லை
உன்னுடன்
சேர்ந்து அழ முடிந்த என்னால்
உன்னுடன்
சேர்ந்து சிரிக்க முடியவில்லை.

மாம்பழ ஊரில் எங்கள்
மனக்குயில்கள் அழுகின்றன!

O

உடைந்து கிடந்த பிரதேசத் துண்டுகளை
ஒட்டிவைத்தவன் நீ...
தீண்டப்படாததாய் ஒதுக்கப்பட்டவர்க்கு
தெய்வ மகத்துவம் தேடிக் கொடுத்தவன்...

இருநூறு ஆண்டுகளாய்
அவமானத்தில் குனிந்த எங்கள்
அகலிகைத் தலைகள்
நீ நடந்ததால் நிமிர்ந்தன.

பிடித்துக் கொண்டிருப்பது
பிச்சைப் பாத்திரம் என்றாலும்
உன்னிடம் நாங்கள்
பெற்றுக் கொண்டது
அமுத சுரபிதான்!

○

விடுதலைக்காக நீ
நெருப்பில் நீராடினாய்
இன்று சிலர்
வெறுப்பில் விளையாடியிருக்கிறார்கள்.

வழக்கம் போலவே நீ
மன்னிப்பு மானியம் வழங்கிவிடலாம்...

ஆனால்–
உன்னைக் கொன்ற துப்பாக்கியில்
இன்னும் குண்டுகள்
எஞ்சியிருக்கின்றன!

காந்தியை மறந்தாலும்
காந்தியின் கைத்தடியையாவது
ஞாபகப்படுத்தும்
காலம் வந்துவிட்டது...

மாம்பழ ஊரில் எங்கள்
மனக்குயில்கள் அழுகின்றன!

○

பிட்டுக்கு மண் சுமந்தவன்
பட்ட பிரம்படிபோல்
உன் மீது பட்ட அசிங்கம்
உண்மையான இந்தியன்
ஒவ்வொருவன் மீதும் பட்டது.

உன்னுடைய கழுத்தில்
செருப்பு மாலை விழுந்தபோது-
உன்
பாதச் செருப்புகள் பட்ட இடமெல்லாம்
பூந்தோட்டங்களாகிப் புலம்பத் தொடங்கின.

O

எம் கிராமச் சிறுவர்கள்
"அம்மா" என்ற வார்த்தைக்கு அடுத்தபடியாக
உன் பெயரையே
அறிந்து கொள்கிறார்கள்!

உன் ஈர நினைவிற்காகத்தான்
எங்கள் நதிக்கரைகளில்
சத்திய வெள்ளம்
இன்னும் வற்றாமலிருக்கிறது!

உன் சிலைகள் உடைகின்றன
நீயோ
மோகனப் புன்னகையிலேயே இன்னும்
மூழ்கியிருக்கிறாய்...

O

உனது புன்னகையின் பொருள் எனக்குப்
புரிகிறது.
உன்னுடன் சேர்ந்து அழ முடிந்த என்னால்
உன்னுடன் சேர்ந்து சிரிக்க முடியவில்லை!

O

வால்கள்
ஜாக்கிரதை

O

இரவு நேரத்தில் இயங்கும் பள்ளிக்கூடம்
மாதம் ஒருநாள் மட்டுமே விடுமுறை.

கோடி மாணவிகள் கூடியிருக்க
ஒரே ஒரு டீச்சர் உரையாற்றுவாள்!

இடையில்
பிரம்பு மின்னல்கள் பேசும்
இடி அடி விழும்
விரலே ஒடிந்து விழும்

யாரோ ஒரு மாணவி அடிபட்டதை
இருட்டடிப்பில் அரைகுறையாய் அறிந்து
வகுப்பே சேர்ந்து அழும்.

கோபம் வந்தால் தூக்கி எறிவாள்
கூந்தலிலா நிலா!
குறும்பு செய்யாமல் பாடத்தைக் கவனி
குட்டி நட்சத்திரமே!

O

சிலி - 1973

O

ஒருநாள்
சூரியனிடம் செய்த
சுதந்திரப் பிரகடனத்தில்
உருவானதுதானே
உலகம்?

இந்த உலகம்
கடலையா ஆடையாக
உடுத்தியிருக்கிறது?
இல்லை.

அலைநெளியும் கடல்-
வெறும்
அலங்கார ஜரிகைதான்

சுற்றிக் கட்டும் ஆடை
சுதந்திரமே!

எந்த இடத்தில்
சுதந்திரம் இல்லையோ
அந்த இடத்தில்
பூமி
நிர்வாணத்தால் அவமதிக்கப்படுகிறது.

அந்த அவமதிப்பை
சகிக்க முடியாமல்தான்
பாப்லோ நெருடாக்கள்
பலியாகிறார்கள்...

சுதந்திரக் கதவுகளை
இழுத்துப் பூட்டிவிட்டு
சலுகை ஜன்னல்களைத்
திறப்பது
காற்றுக்கல்ல...
கண்காணிப்பிற்கு!

சுதந்திர கீதங்கள்
மதிப்பிழந்த நாட்டில்
தேசிய கீதங்கள்
தேவையே இல்லை!

உடல்
காற்றை சுவாசிக்கலாம்...
உயிர்
சுதந்திரத்தை மட்டுமே
சுவாசிக்க முடியும்!

இந்த மனிதர்கள்
சுதந்திரத்திற்காகப் போட்ட
சண்டைகள் தானே சரித்திரங்கள்!

எங்காவது
காற்றைக்
கைது செய்ய முடியுமா?
மனிதனின்
சுதந்திர நினைவுகளைச் சூறையாடிட
எந்த
ஏகாதிபத்தியத்தாலும் இயலாது!

○

பகவத் கீதை படிக்கப்படுகிறது

O

ஆயுதம் வேண்டுமா?
அள்ளித் தருகிறோம்!

சண்டை போடுங்கள்
தைரிய மாக!

கப்பல் படைகளைக்
காவலுக் கனுப்புவோம்

தகராறு செய்யுங்கள்
தாராள மாக!

விமானம் மூலம்
விரைந்திடும் உதவி

அடித்துக் கொள்ளுங்கள்
ஆனந்த மாக!

எந்த இடத்தில்
உங்கள் படை
இப்போது நிற்கிறதோ...
அதுவே
உங்கள் தேசத்தின்
புதிய எல்லைக்கோடு!

அதனால்-
விரைந்து முன்னேறுங்கள்
விரைந்து முன்னேறுங்கள்!

டாங்கியின் வாய்கள்
மண்ணைத் துளைக்க
விமான மூக்குகள்
விண்ணைப் பிளக்க
கப்பல் நெற்றிகள்
கடலைக் கிழிக்க
குண்டு மழையில்
பூமி குளிக்க
காற்றின் சிறகெலாம்
நஞ்சு மணக்க

விரைந்து முன்னேறுங்கள்
விரைந்து முன்னேறுங்கள்!

ஒன்று சேர்ந்த
உலக நாடுகளின்
கண்டனக் குரலா...
கவலைப் படாதீர்கள்!

நீதி
நிற்பதற்கே
எங்கள்
நிழலைத்தான் தேடுகிறது!

எந்த இடத்தில்
உங்கள் படை
இப்போது நிற்கிறதோ

அதுவே உங்கள் தேசத்தின்
புதிய
எல்லைக்கோடு!

அதனால்-
விரைந்து முன்னேறுங்கள்
விரைந்து முன்னேறுங்கள்!

கடைசியில் நிலைமை
கைமீறிப் போனதா?
கலங்கிட வேண்டாம்...

போர்நிறுத்தம் பேசப்
புறப்பட்டு வருகிறோம்-

ஐ.நா. கணவான்
அரவணைப் போடு
அமைதி காத்திடும்
மன நினைப்போடு

கண்ணீர் துடைத்திடக்
கைக்குட்டை யோடு!

o

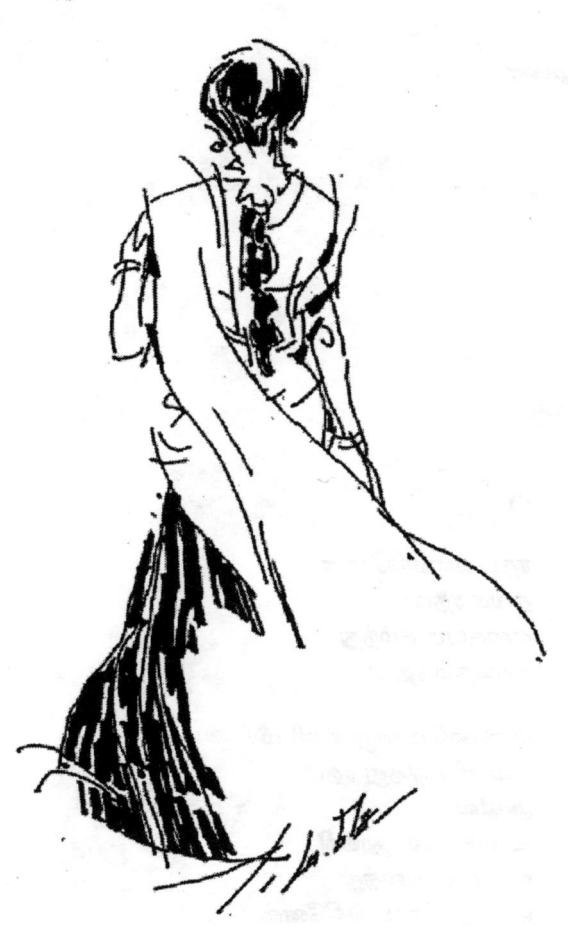

காவல்

○

விழிகள்
நட்சத்திரங்களை வருடினாலும்
விரல்களென்னவோ
ஜன்னல் கம்பிகளோடுதான்–

○

தலைப் பாதை

O

ரதம் வாங்கினேன்
தங்க ரதம்
எதையும் சுமந்து
தாங்கும் ரதம்!

பளபளவென்று ஒளி வீசி
பவனி வந்தது ரதம்
அதில்
உலகையே தூக்கி
உட்கார வைத்து
உலாத் தொடங்கினேன்

உருண்ட சக்கரங்கள்
ஓடியது மட்டும்
சாலையிலல்ல - என்
தலையில்!

O

முகம் தெரியாத அவளுக்காக

O

இருண்ட இரவுகளில் உன்
விழியின் ஒளியையே
விளக்காகக் கொண்டு
நான் எழுதும்
இந்தக் கவிதைகளைப்
பகலின் வெளிச்சத்தில்
படித்துப் பார்ப்பவர்களால்
புரிந்து கொள்ள முடியாது

O

பேசக் கூடாதா?
என்னதான்
மௌனம்
மொழிகளிலேயே சிறந்த
மொழியென்றாலும்
இன்னொரு மொழியைத்
தெரிந்து வைத்துக் கொள்வதில்
என்ன குற்றம்?
பேசு!

O

ஒரு மூங்கிற் காட்டையே
அழித்து
ஒரே ஒரு
புல்லாங்குழல் செய்தேன்
ஊதும்போதுதான்
அது
ஊமையென்று தெரிந்தது
உன்னைப் போலவே!

O

என் வீதியில்
எல்லா வாகனங்களும்
வருகின்றன.
எனக்கு மட்டும்
இடம் இல்லை
என்கிறார்கள்

O

தேசங்களையெல்லாம்
சுற்றி வந்தாலும்
என் கால்கள்
உன் தெருவிற்கே
வந்து சேர்கின்றன.

○

நிலவைப் பார்வையிடும்
நட்சத்திரங்களைப் போல்
அணைந்தணைந்து எரியும் என்
ஆசைகள் உன்னைப்
பார்வையிடுகின்றன.

○

எத்தனை பாராட்டுக் கிடைத்தாலும்
இதயம்
நிறைவுபெற மறுக்கிறது
ஒரே ஒரு முறை உன்
கண்களால் என்னை
கௌரவிக்க மாட்டாயா?

○

என் செய்தியை
நான் எழுதத் துடிப்பது
உன் இதயத்தில்தான்
அறிந்தும் அறியாதவள்போல்
நீ ஏன்
ஆட்டோகிராஃபை
நீட்டுகிறாய்?

○

வாசிக்கத் தெரிந்த கரங்களுக்குத்தான்
ராகம் பிடிபடுகிறது
நேசிக்கத் தெரிந்த மனிதர்களுக்குத்தான்
என் நெஞ்சம் புரிகிறது
உனக்கெங்கே
புரியப்போகிறது?

○

இந்த ஆரவாரம்
எங்கிருந்து கேட்கிறது...
எங்கிருந்து?

என் மகத்தான கவிதையை
எழுதி முடிக்கவிடாமலே
இடையூறாய் இருக்கும் நீ
எங்கிருக்கிறாய்?
எங்கிருக்கிறாய்?

O

வீதியில் நான் கொட்டும்
போர் முரசுதான்
வீட்டுக்கு வந்ததும்
வீணையாகி விடுகிறது!

அதுவும்
அழுகையை மட்டுமே
ஆசிர்வதிக்கிறது.

O

இந்த சோக வீணையைத்
தூக்கிச்
சுமக்க வேண்டியிருக்காது
நீ மட்டும் என்
தோளில் இருந்தால்!

O

என் இதயத் தோட்டத்தில்
ரோஜாக்களைப் பயிரிட்டேன்
அறுவடை செய்ய
உன்னை அழைத்தேன்
அரிவாளோடு
நீ வந்த பிறகுதான்
என் தவறு
எனக்குப் புரிந்தது!

○

சில பேர் காவியங்களைப் படைக்கிறார்கள்
சிலர் காவியங்களில் வாழ்கிறார்கள்
என்றேன்.

காவியமாகவே வாழ்ந்து விடுகிறேன்
என்றாய்!

எழுதி வைக்கப்படாத
எந்தக் காவியமும்
நிலைக்காது என்பதை
நினைத்துப் பார்த்தாயா?

○

கனவுகளை நான் வெறுக்கிறேன்
அவை எத்தனை
அழகாய் இருந்தாலும்.

நிழல்களின் ஒப்பந்தங்களைவிட
நிஜங்களின் போராட்டமே
எனக்குப் பிடிக்கும்.

உன் பிடிவாதம்
எனக்குப் பிடிக்கிறது
அதனால் தான்
இதயம் கிடந்து துடிக்கிறது!

○

நீ
நீயாகத்தான் இருக்கிறாய்.
நான்தான்
நானாக இல்லை.

O

தொட முடியாத
தொலைவில்
இருப்பதாகக்
கனவு காணாதே!

இந்த பூமியின்
விளிம்பையே
தீண்டிவிடும்
அளவிற்கு
என் விரல்கள்
நீளமானவை.

ஏனென்றால்
என் கைகள்
வெறும் கைகளல்ல...

கவிதைகள்!

O

வாழை மரத்தின் சபதம்

வளமான சூழ்நிலையில் வளர்வேன்- ஆனால்
வறியவரின் கைகளிலே தவழ்வேன்
மலிவான விலையில்நான் கடைகளிலே
கிடைப்பேன்- ஏழை
மக்களது ஆப்பிள்மரம் என்று பெயர்
எடுப்பேன்!
மரங்களில் நான் ஏழை- எனக்கு
வைத்த பெயர் வாழை!

O

கருத்தாங்கிப் பிள்ளையினைப் பெற்றெடுத்துக்
கண்மூடும் புத்திரிநான்! எனக்குக் கீழே
குருத்துவிடும் கன்றுக்கு வழியை விட்டுக்
குறிப்பறிந்து ஒதுங்குவதால்-

தலைமுறையின் தத்துவத்தைப் புவிக்குக் காட்டும்
தடயம் நான்!

வானத்தைத் தொடுவதற்குக் கனவு காணும்
வழக்கமில்லை என்னிடத்தில் மயக்கமில்லை!
மானிடரின் புழுதிக்கால் பதியும் இந்த
மண்ணுடன் என் உறவதிகம்! ஆத லாலே

மரங்களில் நான் குட்டைமரம்
மனிதர்களின் கைகளுக்கு
இலகுவாக எட்டும் மரம்!

O

மானிடர் செய்யும் சிவப்பு விளம்பரம்
மதிலின் முதுகில் மாட்டியிருக்கும்- நானோ
தானாய் எழுந்து தட்டி கட்டிய
தரையின் பச்சை விளம்பரப் பலகை!

O

அழைப்பிதழ்கள் திருமணத்தின்
அறிமுகங்கள்! நாங்கள்
அடையாள மரங்கள்!

கல்யாண வீடுகளில்
காவலுக்கு நிற்கும்
துவார பாலகர்கள்!

O

குட்டை மரமெனும் குறையை- என்
பெரிய இலைகளால்
பெயர்த்துத் தகர்த்தவன் நான்!

என் இலைகள்...
மயிலிடம் கடன் வாங்காத
பச்சை நரம்புகளால் ஆன
தோகைகள்!

கலைகளில் இன்றியமையாத
சமையற் கலை- என்
இலை வாகனத்தில்
ஏறி வரும்போது

விரல் வரவேற்பு
விரைவாகக் கிடைக்கும்!

என் இலைகள்...
உபசரிப்பின் இலக்கியங்கள்
விருந்தினரின் அந்தஸ்தை
எடைபோடும் இயந்திரங்கள்!

சோற்று பூமியின்
சொர்க்க வாசல்கள்
ஏழை வயிறுகளின்
இலட்சியக் கனாக்கள்!

O

இந்த மனிதர்கள்
உண்பதற்கு முன்னர்
உணவு இலை என்பார்கள்
உண்டு முடித்த பின்னர்
எச்சில் இலையென்று
எறிந்து விடுவார்கள்.

கூடத்தில் மரியாதைப் பூச்சு
குப்பைத் தொட்டிகளில்
எங்கள்
ஆயாச மூச்சு!

தொட்டி இலையையும்
துடைத்துச் சாப்பிட
இந்த தேசத்தின்
தெரு ராஜாக்கள்
ஒருவரோடொருவர்
கட்டிப் புரள்கிறபோது

எதிர்கால இருட்டை
எண்ணிப் பதைக்கிற – என்
இதய வேதனைக்கு
உவமைகள் ஏது?

O

மனித மரங்களைப் பார்த்துப் பார்த்து
மற்ற மரமெலாம் வேர்த்து வேர்த்து
மனப் புழுக்கத்தின் குலுங்கல்– அதில்
வந்து கனிந்தவை பழங்கள்!

பகை மூட்டிப் பழுக்க வைக்கும்
பழங்களினால் உலகில்
பாகிஸ்தானில் நடந்தது போல
பாகப் பிரிவினை நடக்கும்

புகை மூட்டிப் பழுக்க வைக்கும்– என்
புரட்சிப் பழங்களினால்
பூ வயிறு சிரிக்கும்
பொலிவிழந்த உடல் செழிக்கும்

மறுபடியும் உழைப்பதற்குப்
புதுவலிமை பிறக்கும்

O

சீவாத தலையோடு பிறருடைய தலையைச்
சிங்காரம் செய்வதற்குப் பூச்சரங்கள் தொடுக்கும்
பாவாடைக் காரிகளின் நளின விரலோடு
பழக்கமுள்ள நாருக்குப் படைப்பாளி நான்!

அந்த நார்கள்
என்னுடைய
உடை உரிப்புகள்
சத்தம் போடாத
சதைக் கிழிசல்கள்!

பூவைப் போல் உயர் பிறப்பு
இல்லாத நாரை
பூக்களுடன் சேர்த்துவைத்துச்
சம மரியாதை
வாங்கித் தந்ததென்
சுய மரியாதை!

O

என்
மட்டைச் சட்டையோ-
சோர்ந்த நாசிக்குச்
சுறுசுறுப்புக் கொடுக்கும்
மூக்குப் பொடியின்
தூக்குத் தூக்கி!

புகையிலைத் தூளின்
பொட்டலப் பெட்டகம்!

மரங்களில் நான் ஏழை- எனக்கு
வைத்த பெயர் வாழை

O

எப்போதும் நான்
என்
இலைச் சிறகுகளை
விரித்தே வைத்திருப்பதால்

பறக்கத்
தயாராயிருக்கும்
மிக் விமானம் போல்
பார்வைக்குத் தெரிகிறேன்.

இதனால்-
இந்த
மண்ணில் பெருகிவரும்
மாபெரிய கொடுமைகளை
கோடையிடித் தாக்குதலை
கூக்குரலின் ஆர்ப்பரிப்பை
கொலைகளது கணக்கெடுப்பைக்
கண்டு மனமொடிந்து
மனமிடிந்து

என்றேனும்-

என்றேனும் ஒரு நாள்
இந்த பூமியிலிருந்து
பறந்து போய்விடுவேன்
என்று
எவரேனும் எதிர்பார்த்தால்-
அவர்கள்
ஏமாந்து போவார்கள்!

நான்-

மண்ணில் வேரோடி
மாநிலத்தில் கால் பதித்து
வீசும் புயற்காற்றை
விழும் வரைக்கும் நின்றெதிர்ப்பேன்

நின்றெதிர்த்த முடிவினில் நான்
நிலத்தில் விழுந்துவிட்டால்- என்
கன்றெதிர்க்கும்! கன்றுடைய
கன்றெதிர்க்கும்! கன்றுகளின்
கன்றெதிர்க்கும்!

நான்-

வெட்ட வெட்டத்
துளிர்ப்பேன்; தழைப்பேன்;
இறப்பின் மடியினில்
கண்கள் விழிப்பேன்!

என்
ஒவ்வொரு இறப்பும்
ஒவ்வொரு பிறப்பு!

ஒவ்வொரு பிறப்பும்
தனித்தனிச் சிறப்பு!

மானுட சந்ததி
மறையாத சந்ததி!

நானும் அந்த
ஜீவ சங்கிலி
அறுந்து படாமல்

தொடர்ந்து வருகிற
தவிப்பின் துடிப்பு!

பூமியின் புல்லரிப்பு
புதுமைகளின் இணைப்பு
புது யுகத்தின் கணைப்பு!

நான்
தனிவாழை
அல்ல...
வாழையடி
வாழை!

ஒரு மக்கள் கவிஞனின் இறுதிக் கேள்வி...

O

உங்களுக்காக
உங்களைப் பற்றி
ஒரு பாடல் பாடினேன்

அது உங்கள்
நரம்பு வயல்களில்
நடவு நட்டதாக
நீங்கள் கூறினீர்கள்!

உங்களுக்காக
உங்களைப் பற்றி
ஒரு கவிதை எழுதினேன்

அது உங்கள்
காலப் புயலின்
காவியம் என்று
கைதட்டினீர்கள்

O

மக்கள் சபைகளில்
எனக்கு
மாலைகள் போட்டீர்கள்!

நீங்கள் போட்ட மாலைகளை
நான்
மேடையிலேயே
விட்டு விட்டேன்

என் பாடலை மட்டும்
நீங்கள்
வீட்டுக்குக்
கொண்டு சென்றீர்கள்!

O

உங்களுக்காக
உங்களைப்பற்றி
ஒரு பாடல் பாடினேன்...
என் பாடலுக்காக
என் மீது ஒரு
விசாரணை வந்தது.

அதிகாரத்தின் கைகள்
அர்த்த ராத்திரியில் வந்து
என்னை
அழைத்தபோது-

ஓ! என் தோழர்களே!
நீங்கள்
எங்கே சென்றீர்கள்?

O

என் நிழலுக்கும்
விலங்கிடத் துடிக்கும்
அந்த நியாய ஸ்தலங்களில்-

என் பிணத்துக்கும்
தண்டனை கொடுக்கத்
தயாராயிருக்கும்

அந்த நீதிமான்களின் எதிரில்

அந்தத் தீர்ப்புத் திருநாளில்-

என் குரல் கேட்கும்!
என் வைகறைப் பாடல்
மறுபடியும் ஒலிக்கும்!

அந்தக் கழுகுக் கரங்களிலிருந்து
தன் சமுதாயத்தைக் காக்கப்
போராடும் ஒரு
மனிதாபிமானியின்
வாத விவாதங்கள் நடக்கும்!

அப்போது-
எந்த இருண்ட சுவரின்
மூலையிலிருந்தாவது
இதயங்கள் துடிதுடிக்க
நீங்கள்
என் குரல் கேட்டுக்
கை தட்டுவீர்கள்
கரகோஷம் செய்வீர்கள்!

o

உங்களுக்காக உங்களைப்பற்றி
ஒரு பாடல் பாடினேன்
என் பாடலுக்காக என் மீது ஒரு
விசாரணை வந்தது...

இந்தக் குற்றக் கூண்டில்...
சிறைவாசல் முற்றத்தில்...
சிந்தனையின் புழுக்கறையில்...

ஓ! என் தோழர்களே!
என் பாடலை
பத்திரப்படுத்தினீர்களே-

இப்போது
என்னை
என்ன செய்யப் போகிறீர்கள்?

நன்றி

கண்ணீர்ப்பூக்கள் மலர்ந்த இதழ்கள்..

தீபம்

தாமரை

ஞானரதம்

வண்ணங்கள்

கண்ணதாசன்

தொடுவானம்

கணையாழி

வானம்பாடி

ஏன்?

நீ

கவிஞரின் நூல்கள்

கவிதை

கண்ணீர்ப் பூக்கள்	(1974)	31ஆம் பதிப்பு
ஊர்வலம் (தமிழக அரசின் முதற்பரிசு பெற்றது)	(1977)	19ஆம் பதிப்பு
மனச்சிறகு	(1978)	10ஆம் பதிப்பு
அவர்கள் வருகிறார்கள்	(1980)	10ஆம் பதிப்பு
முகத்துக்கு முகம்	(1981)	10ஆம் பதிப்பு
நடந்த நாடகங்கள்	(1982)	12ஆம் பதிப்பு
காத்திருந்த காற்று	(1982)	8ஆம் பதிப்பு
ஒரு வானம் இரு சிறகு	(1983)	9ஆம் பதிப்பு
திருவிழாவில் ஒரு தெருப்பாடகன்	(1984)	8ஆம் பதிப்பு
நந்தவன நாட்கள்	(1984)	11ஆம் பதிப்பு
இதயத்தில் நாற்காலி	(1985)	7ஆம் பதிப்பு
என்னுடைய போதிமரங்கள்	(1987)	6ஆம் பதிப்பு
கனவுக் குதிரைகள்	(1992)	6ஆம் பதிப்பு
கம்பன் கவியரங்கில்	(1993)	3ஆம் பதிப்பு
என் பிள்ளைத் தமிழ்	(1994)	2ஆம் பதிப்பு
ஒற்றைத் தீக்குச்சி	(1997)	5ஆம் பதிப்பு
மனிதனைத் தேடி	(1999)	3ஆம் பதிப்பு
ஆகாயத்துக்கு அடுத்த வீடு (சாகித்திய அகாதமி விருது பெற்றது)	(2004)	5ஆம் பதிப்பு
மு. மேத்தா கவிதைகள்	(2007)	1ஆம் பதிப்பு

கவிதைச் சிறுகதை

வெளிச்சம் வெளியே இல்லை	(1981)	11ஆம் பதிப்பு

சிறுகதை

மு. மேத்தா சிறுகதைகள்	(2000)	3ஆம் பதிப்பு
அவளும் நட்சத்திரம்தான்		4ஆம் பதிப்பு

புதினம்

சோழ நிலா	(1982)	7ஆம் பதிப்பு
(ரூ. 20,000 ஆனந்த விகடன் பொன் விழாப் பரிசு பெற்ற சரித்திர நாவல்)		
மகுட நிலா	(1997)	4ஆம் பதிப்பு
கோட்டையை நோக்கி	(2008)	1ஆம் பதிப்பு

கட்டுரை

மு.மேத்தா முன்னுரைகள்	(1983)	6ஆம் பதிப்பு
நானும் என் கவிதையும்	(1984)	5ஆம் பதிப்பு
நினைத்தது நெகிழ்ந்தது	(1984)	8ஆம் பதிப்பு
பக்கம் பார்த்துப் பேசுகிறேன்	(1986)	7ஆம் பதிப்பு
புதுக்கவிதைப் போராட்டம்	(1987)	4ஆம் பதிப்பு
அவளுக்கு ஒரு கடிதம்	(1989)	5ஆம் பதிப்பு
அன்புடன்	(2001)	2ஆம் பதிப்பு

பேட்டிகள்

இதய வாசல்	(1990)	5ஆம் பதிப்பு
திறந்த புத்தகம்	(1990)	5ஆம் பதிப்பு

காவியம்

நாயகம் ஒரு காவியம்	(1994)	4ஆம் பதிப்பு

திரைப்பாடல்

மு.மேத்தாவின் திரைப்படப்பாடல்கள்-1	(1996)	முதற்பதிப்பு

மொழிபெயர்ப்பு

Selected Poems of Mu.Metha		
ஆங்கிலத்தில் - டாக்டர் கவிஞர் பாலா	(2002)	முதற்பதிப்பு
மனிதனைத் தேடி		
இந்தியில் திருமதி ஜமுனா	(2003)	முதற்பதிப்பு
மனிதனைத் தேடி		
ஆங்கிலத்தில் : பேராசிரியர் டேவிட் ராஜாபோஸ்		முதற்பதிப்பு
Enacted Plays (நடந்த நாடகங்கள்)		
ஆங்கிலத்தில் பேராசிரியை P.S. தேன்மொழி	(2010)	முதற் பதிப்பு

★அடைப்புக்குறிக்குள் - முதற்பதிப்பு வெளிவந்த ஆண்டு